எம்.வி.வெங்கட்ராம்

எம்.வி.வெங்கட்ராம்

ரவிசுப்பிரமணியன்

சாகித்திய அகாதெமி

M V Venkatram : Monograph in Tamil by Ravisubramaniyan, Sahitya Akademi, New Delhi (2023), Rs. 100/-

உரிமை © சாகித்திய அகாதெமி		
ஆசிரியர்	:	ரவிசுப்பிரமணியன்
பொருள்	:	இந்திய இலக்கியச் சிற்பிகள்
வெளியீடு	:	சாகித்திய அகாதெமி
முதற் பதிப்பு	:	2023
ISBN	:	978–93–5548–474–1
விலை	:	Rs. 100/-

All rights reserved. No part of this book may be reproduced or utilized in any form or by any means, electronic or mechanical including photocopying, recording or by any information storage and retrival system, without permission in writing from Sahitya Akademi.

சாகித்திய அகாதெமி

தலைமை அலுவலகம்	: இரவீந்திர பவன், 35, பெரோஸ்ஷா சாலை, புது தில்லி 110 001. secretary@sahitya-akademi.gov.in | 011-23386626/27/28.
விற்பனை அலுவலகம்	'ஸ்வாதி' மந்திர் சாலை, புது தில்லி 110 001 sales@sahitya-akademi.gov.in | 011-23745297, 23364204.
கொல்கத்தா	4, டி.எல். கான் சாலை, கொல்கத்தா 700 025 rs.rok@sahitya-akademi.gov.in | 033-24191683/24191706.
சென்னை	குணா வளாகம், 443, இரண்டாம் தளம், அண்ணா சாலை, தேனாம்பேட்டை, சென்னை 600 018. chennaioffice@sahitya-akademi.gov.in 044-24311741 | 24354815
மும்பை	172, மும்பை மராத்தி கிரந்த சங்கிரகாலய சாலை, தாதர், மும்பை 400 014 rs.rom@sahitya-akademi.gov.in 022-24135744 | 24131948.
பெங்களூரு	மத்தியக் கல்லூரி வளாகம், பல்கலைக்கழக நூலகக் கட்டிடம், டாக்டர் அம்பேத்கர் வீதி, பெங்களூரு 560 001 rs.rob@sahitya-akademi.gov.in. 080-22245152, 22130870.

ஒளி அச்சு : R. Udhayabaskar, NN Seven, Chennai - 32.
அச்சகம் : Mani Offset, Chennai
Visit our website at http://www.sahitya-akademi.gov.in

பொருளடக்கம்

1. முன்னுரை 7
2. எம்.வி.வி. வாழ்க்கைக் குறிப்புகள் 11
3. வகை வகையாய்க் கதைகள் 39
4. எப்படி வேறுபட்டார் நாவல்களில்? 51
5. குறுநாவல்கள், கவிதை மற்றும் நாடகங்கள் 81
6. கட்டுரைகள் மற்றும் மொழிபெயர்ப்புகள் 90

பின்னிணைப்புகள் :

1. சாகித்திய அகாதெமி விருது ஏற்புரை 93
2. வெளிவராத நாவலிலிருந்து ஒரு பகுதி 96
3. எம்.வி.வி. பற்றி மூன்று நாவலாசிரியர்கள் 100
4. வெளிவராத இரு பேட்டிகள் 104
5. கடிதமும் கையெழுத்தும் 115
6. படைப்புப் பட்டியல் 117
7. தேனீ இதழின் ஓர் உள்ளடக்கப் பக்கம் 127
8. புகைப்படங்கள் 128

முன்னுரை

இந்திய இலக்கியச் சிற்பிகள் வரிசையில் எழுத்தாளர் எம்.வி.வி. அவர்களைப் பற்றி எழுதுவதற்கான முகாந்திரக் கருத்துருவை 26.6.2020 வெள்ளிக்கிழமையன்று காலை 8:02 மணிக்கு சென்னை சாகித்திய அகாதெமி பதிப்பு அலுவலர் சீனிவாசனுக்கு மின்னஞ்சலில் அனுப்பினேன். அவர் உடனே அகாதெமியின் தமிழ் ஒருங்கிணைப்பாளர் கவிஞர் சிற்பிக்கு அனுப்பினார். இது எம்.வி.வி.யின் நூற்றாண்டானதால் கொஞ்சம் சிறப்புக் கவனம் செலுத்துங்கள் என்று சிற்பி அன்றே டெல்லியில் இருந்த செயலருக்கு அனுப்பி வைத்து விட்டார். அடுத்த இரு நாட்கள் சனி ஞாயிற்றுக்கிழமைகள் என்பதால் திங்கள்கிழமை 29.6.2020 அன்று அதாவது வேலைநாளின் முதல் நாள் சிற்பி அவர்கள் மூலம் "கோ அஹெட்" என்று ஒப்புதல் வந்துவிட்டது. சாகித்திய அகாதெமியின் வரலாற்றில் 'இந்திய இலக்கியச் சிற்பிகள்' வரிசையில் புத்தகம் எழுதக் கேட்டதற்கு இத்தனை மின்னல் வேகத்தில் அனுமதித்திருப்பார்களா என்று ஏற்கனவே அதில் ஆலோசனைக் குழுவில் உறுப்பினராக இருந்த என்னாலேயே யூகிக்க இயலவில்லை.

இவ்வளவு உற்சாகமான துரிதகதியில் எல்லோரும் செயல்பட்டும் 2022 வரை இந்த நூலை என்னால் முடித்துத் தர இயலவில்லை. நாம் செய்யாத வேலைகளுக்கு, காரணங்களுக்கா பஞ்சம்...? கொரோனா, குறும்படப் பணிகள், அன்றாட வாழ்வுக்கான வேலைகள், கவிதை மெட்டமைப்பு, பயணங்கள், சோம்பேறித்தனம் என்று பொழுதுகள் கழிய, அகாதெமி பதிப்புத்துறை சீனிவாசன் அவ்வப்போது பிரம்போடு வந்து "என்னாச்சு?" என்று கேட்பார். "ஐயா இதோங்கய்யா" என்று சொல்லிப் பணிவேன். பிறகு அவர் தலை தெரிந்தால் ஓடி ஒளிந்து கொள்ளவும் ஆரம்பித்தேன். பிறகு இன்னும் இன்னும் என்று காலக்கெடுவுக்குக் கெஞ்சிப் பார்த்தேன். எதுவும் நடக்கவில்லை. கடைசியில் இன்னும் பத்து நாளுக்குள் தரவில்லை என்றால், "உங்க ப்ராஜக்ட் டிஸ்மிஸ்" என்றார். கடைசியில் அவர் சொன்ன கெடுவுக்குள் முடிக்க, "யம்மா தாயே", என்று என் குல தெய்வத்தை வேண்டி இதை எழுத ஆரம்பித்தேன்.

ஏற்கனவே அகாதெமியால் மீரா, கரிச்சான் குஞ்சு பற்றிய நூல்கள் எனக்குத் தரப்பட்டு அதைச் செய்யாமல் கைமாற்றி விட்டதன் இலக்கியப் பலாபலன்களை அறிந்திருந்ததால், எம்.வி.வி. நூற்றாண்டையொட்டி இதையாவது கண்டிப்பாய் ஒழுங்காக எழுதிவிட வேண்டும் என்ற ஆசையும், நாம்தான் இதைச் செய்ய வேண்டும் என்ற கடமையும் என்னுள் இருந்து கொண்டேதான் இருந்தன. எதையும் ஆரம்பிக்கத்தான் இவ்வளவு கோளாறுகள் நடக்கும். தொடங்கி விட்டால் அதை முடிந்த வரை செப்பமாய்ச் செய்து விடுவதே நம் வழக்கம். அந்த வகையில்

இந்தப் புத்தகத்துக்கான ஆய்வு, பிரத்தியேகத் தகவல்கள் எல்லாம் சேர்த்து, தயார் செய்து ஆண்டுகள் சில ஆகியிருந்தன. ஆனால், எழுதும் முகூர்த்தம் இப்போதுதான் கூடி வந்திருக்கிறது.

1980இல் எனது 17ஆம் வயதில் தொடங்கி 2000த்தில் அவர் இறக்கும் வரை 20 ஆண்டுகள் எம்.வி.வி.யோடு நெருங்கிப் பழகும் பாக்கியம் பெற்றவன் நான். இந்தக் காலக்கட்டத்தில் அவரது சுக துக்கங்களில், கஷ்ட நஷ்டங்களில் அவரோடு இருந்திருக்கிறேன். ரயிலில், பஸ்ஸில், பைக்கில், காரில், ஜீப்பில் எனச் சில ஊர்களுக்கு அழைத்துப் போயிருக்கிறேன். எனது லாட்ஜ்க்குப் பல முறை வந்து இருந்து மணிக்கணக்கில் பேசிச் சென்றிருக்கிறார். இந்த அளவுக்கு அவரோடு பழகியவர்களில் ஓரிருவரே இப்போது உள்ளனர். என்னை விட 43 வயது மூத்தவரான எம்.வி.வி., சிறுவனான என்னை தம் நண்பனாக பாவித்து நடத்தியதும், கடைசிக் காலக்கட்டத்தில் “நான் பெறாது பெற்ற பிள்ளை இவன்” என்று சொன்னதும் வேறு யாருக்கும் வாய்க்காதது. அவர் இருந்தபோது, அவரது இருநூல்கள் வெளிவரக் காரணமாக இருந்தேன். இறந்த பின், அவரது மொத்தப் படைப்புகளையும் முழுமையாக வெளிக்கொண்டு வர முயன்று, அதில் முக்கால் பகுதி வரை முடிந்துள்ளது. இன்னும் கவிதைகள், கட்டுரைகள், கடிதங்கள், நாடகங்கள், மொழி பெயர்ப்புகள் எனக் கால்வாசிப் பகுதிகளைத் தேடிக் கண்டடைய வேண்டும். அவர் எனக்கு எழுதி, நான் இழந்த எத்தனையோ கடிதங்களில் ஒன்று மிஞ்சியது. அதுவும் அவரோடு நான் எடுத்துக் கொண்டதில் மிஞ்சிய புகைப்படங்களில் இரண்டும் இந்தப் புத்தகத்தில் உள்ளன. அதுவே எங்கள் நெருங்கிய உறவுக்கான சாட்சி.

அந்த இரு புகைப்படங்களைப் பற்றிச் சில வார்த்தைகள் சொல்ல வேண்டும். ஒன்றில் கரிச்சான் குஞ்சு நினைவஞ்சலிக் கூட்டத்தில் அவரது படத்தை எம்.வி.வி. திறந்து வைக்க நான் அவர் அருகில் நிற்கிறேன். இன்னொரு புகைப்படத்தில் பணிவாய் நிற்பேன். அந்தப் படத்தின் பின்னணி சுவாரஸ்யமானது. அந்த நேரம் நான் ஜிம்மில் எக்ஸர்சைஸ் செய்து கொண்டிருந்த நேரம். அதனால் சட்டை பொத்தான்களைப் போடாமல் நெஞ்சை நிமிர்த்தி நிற்பதும், நடப்பதுமாக இருந்த காலம் அது. அவருக்கான கருத்தரங்கக் கூட்டத்தில் அவருக்கு சால்வை போர்த்தப் போனபோது, “சால்வைய அப்பறம் போடலாம்... முதல்ல நீ சட்டை பொத்தானைப் போடு” என்றார். நான், “சரி சார்” என்று சொல்லிவிட்டு சால்வையைப் போட்டேன். அப்போதும் அவர் விடாமல், “நெஞ்சை நிமிர்த்திக்கிட்டே சால்வை போடுறியே... கொஞ்சனாச்சும் உனக்கு உடம்புல ஒரு பணிவு இருக்கா?” என்று கேட்டார். அவர் காதருகில் சென்று, “இந்தப் பணிவு போறுங்க ளாய்யா...?” என்று சிரித்தபடி சொல்லிவிட்டுக் குனிந்தேன். அவரும் சிரித்துவிட்டார்.

மிகச்சரியாய் புகைப்படக்காரர் அந்தத் தருணத்தைப் படம் பிடித்துவிட்டார். எத்தனை அற்புதமான தருணங்கள் அவை...?

அவர் காட்டிய அன்பின் அதே நெருக்கத்தோடு அவர் பிள்ளைகள் என் உடன்பிறவா சகோதரர்களாக இன்றும் பழகி வருகிறார்கள். இப்போது அவரது பேரனும் என் நண்பராகி விட்டார். அவரது எல்லாப் படைப்புகளும் பெரும்பாலும் அச்சில் வர, இன்னும் பாடுபட்டுக் கொண்டே இருக்கிறேன். கொரோனா ஊரடங்கால், அவரது நூற்றாண்டை எளிமையாகக் கொண்டாடி, பாவண்ணன் மற்றும் சி.எம். முத்துவுக்கு எம்.வி.வி. நூற்றாண்டு நினைவு விருது அளித்தோம். அவரைப் பற்றிய, அவர் படைப்புகளைப் பற்றிய கட்டுரைகளோடு, அவரது அபூர்வப் புகைப்படங்களுடனான சிறப்புப் பகுதி ஒன்றினை, காலச்சுவடு ஜூலை 2020இல் வெளியிட முனைந்து அதற்கான முழு வேலைகளையும் ஒருங்கிணைத்தேன். இவை எல்லாம்தான் என் ஞானத் தகப்பனுக்கு நான் தரும் திதி. அவரது மொத்தச் சிறுகதைகளை, காலச்சுவடு பதிப்பகத்திற்காக கல்யாணராமன் உதவியோடு தொகுத்து அந்தப் புத்தகம் ஜூலை 2021இல் வெளியாக, சில ஆண்டுகள் உழைத்தேன். சக தொகுப்பாளர் ஒத்துழைப்பின்மையால் சில நாடகங்களும், சில குறுநாவல்களும் அத்தொகுப்பில் சேர்ந்துவிட்டன. இனி, நாடகங்கள், குறுநாவல்களைத் தனித்தனியே தொகுக்க வேண்டிய நிர்ப்பந்தம் ஏற்பட்டு விட்டது. திதியில் சில சமயம் மந்திரங்கள் பிறழ்வதுண்டில்லையா...?

எனது பேராசிரியர் ச.மணி அவர்கள் 'எம்.வி. வெங்கட்ராம் நாவல்களில் படைப்புத் திறன் - ஓர் ஆய்வு' என்ற தலைப்பில் 1995ஆம் ஆண்டு ஓர் ஆய்வினை மேற்கொண்டார். அவர் எழுதிய ஆய்வுக் கட்டுரைகள், அதே ஆய்வுக்குப் பின்னிணைப்பாக 4.2.95ஆம் தேதி அவருக்கு எம்.வி.வி. அளித்த பேட்டி, நண்பர் க.பெ. செந்தில் வேலுவின் 'எம்.வி. வெங்கட்ராம் ஓர் அறிமுகம்' என்ற முதுகலை பாடத்திட்ட ஆய்வுக் கட்டுரைக்காக 1987இல் எம்.வி.வி. அளித்த பேட்டி மற்றும் இவர்கள் இருவரது ஒத்துழைப்பும் இந்த நூலுக்குப் பெரிதும் துணை நின்றன. இதுவரை வெளிவராத அந்த இரு பேட்டிகளைப் பின்னிணைப்பில் தந்துள்ளேன்.

இந்த நூலில் உள்ள பெரும்பாலான விஷயங்கள் அவரோடு நேரில் பழகி உரையாடி விவாதித்தும், அவர் குடும்ப உறுப்பினர்களோடு சேர்ந்து நினைவுகளை பரஸ்பரம் பகிர்ந்துகொண்டும் ஞாபகம் உள்ளவற்றிலிருந்தும் எழுதப்பட்டவை. அதனால், சிலவற்றிற்கு மட்டும் எழுத்து, பேட்டி என ஆதாரங்கள் உள்ளன. ஓர் ஆவணப்பட இயக்குனராக இருப்பதால் தகவல்களை, சம்பவங்களை, விவரங்களைச் சரிபார்த்து நினைவிலிருந்து நெஞ்சுக்கு நேர்படவே எழுதியுள்ளேன். இதில் வரும் சில விஷயங்கள் எம்.வி.வி. வாரிசுகளுக்கே புதியவை.

ஆனாலும், அடிக்குறிப்பு, துணை நூற்பட்டியல், சுருக்கக் குறியீட்டு விளக்கம், கருதுகோள்கள் போன்றவற்றால் மட்டும் நிறுத்துப் பார்க்கும் ஆசிரிய, பேராசிரியப் பெருமக்கள் கேட்கும் ஜாபிதாவுக்காக இதை நான் சொல்ல வேண்டியிருக்கிறது. அதே சமயம், எங்கேனும் பிழைகள் தென்பட்டு யாரும் சொல்லும் பட்சத்தில் பணிவுடன் அவற்றை ஏற்றுத் திருத்திக் கொள்ளவும் தயாராக இருக்கிறேன்.

இந்தப் புத்தக ஆக்கத்திற்குப் பெரிதும் உதவிய சென்னை சாகித்திய அகாதெமி அலுவலக நண்பர் சீனிவாசன், கவிஞர் சிற்பி, சாகித்திய அகாதெமி டெல்லி செயலர் சீனுவாச ராவ், சென்னை சாகித்திய அகாதெமி அலுவலகப் பொறுப்பாளர் தெ. சந்திரசேகர ராஜு, தந்தையின் படைப்புகள் வெளிவர உதவிய எம்.வி.வி.யின் மூத்த மகன் அமரர் சந்திரவதனம், இப்போது உதவி வரும் அவரது மகன்கள் குருமூர்த்தி, ஜெயக்குமார், சரவணன் மற்றும் அவரது மகள்கள் ஜி. வி. சத்தியவதி, ஆர்.எஸ்.கிரிஜா, கே.வி. வைஜேந்தி மாலா, தாத்தாவின் பெயர் நிலைக்க பல வகையிலும் தொடர்ச்சியாய்ப் பாடுபடுகிற, எம்.வி.வி.யின் படைப்புகள் சார்ந்த என் எல்லா முயற்சிகளுக்கும் கனிவுமிக்க ஓர் அணுக்கத் தோழனாய் உடனிருந்து உதவுகிற, எம்.வி.வி.யின் பேரன் எஸ். பாஸ்கரன், எம்.வி.வி.யின் குடும்பத்தையே தனிப் பெண்மணியாய் இருந்து போராடித் தாங்கி மறைந்த திருமதி எம்.வி. ருக்மணியம்மாள், இந்நூலின் குறுநாவல் அத்தியாயத்தில் தான் எழுதிய கட்டுரையின் சில பகுதிகளைப் பயன்படுத்திக்கொள்ள அனுமதித்த சுனீல் கிருஷ்ணன், மறைந்த என்னிரு நண்பர்கள் தேனுகா, ஆசிரியர் கலியமூர்த்தி மற்றும் பஞ்சு என்கிற முனைவர் பஞ்சாங்கம் அண்ணன், பேராசிரியர் ச. மணி, நண்பர் க.பெ. செந்தில்வேலு, நீதிபதி இல. சொ. சத்தியமூர்த்தி, காலச்சுவடு கண்ணன், உடன்பிறவா தம்பிகள் பாரி, முனைவர் ஜி. திருப்பதி, ராணிதிலக், ஏ. தனசேகர், மெய்ப்பு பார்த்து உதவிய தங்கை கார்த்திகா முகுந்த், உதயபபாஸ்கர், நண்பர் நாக. சொக்கலிங்கம், பொள்ளாச்சி வி. பாலசுப்ரமணியன், புத்தக அட்டையை வடிவமைத்துத் தந்த தம்பி லார்க் பாஸ்கரன், முன்னட்டை ஓவியத்தை வரைந்து தந்து உதவிய தம்பி அமுதன் பச்சைமுத்து ஆகிய அனைவரையும் இந்தத் தருணத்தில் மிகுந்த நன்றியோடு நினைத்துக் கொள்கிறேன்.

நதிவழியே ஓடம்
(எம்.வி.வி. வாழ்க்கைக் குறிப்புகள்)

"என்னால் எப்படி எழுத்தாளனாக முடிந்தது என்ற கேள்விக்கு, என்னிடம் பதில் இல்லை. எங்கள் குடும்பத்தில் படித்தவர்கள் யாருமில்லை. நண்பர்கள் கரிச்சான்குஞ்சு, தி.ஜானகிராமன் போன்றவர்களின் பெற்றோர்கள் படித்தவர்கள். கரிச்சான் குஞ்சுவின் தாயார் அழகாகப் பாடுவார். எனக்கு அப்படி ஒரு சூழல் இல்லை. எங்கள் குடும்பத்தில் எல்லோரும் உழைப்பாளிகள். நெசவாளர்கள். என் தந்தையும் கூட, நெசவாளர்தான்." - எம்.வி.வி.

கும்பகோணம் பழனி ஆண்டவர் தெரு, சௌராஷ்ட்ரக் குடும்பத்தில் பட்டு நெசவுத் தொழில் செய்து கொண்டிருந்த 'ரெங்கா' வீரய்யருக்கும், சீதை அம்மாளுக்கும் 1920ஆம் ஆண்டு மே மாதம் 18ஆம் தேதி மூன்றாவது குழந்தையாகப் பிறந்தவர் எம்.வி. வெங்கட்ராம். இவரோடு உடன்பிறந்தவர்கள் இவரையும் சேர்த்து மொத்தம் ஐந்து பேர். மேற்படி நகரத்திலேயே சௌராஷ்டிர பெரிய தெருவில் வசித்த தாய்மாமன் 'மைசூர்' வெங்கடாசலம், சரசுவதி தம்பதியருக்கு இவர் தனது ஐந்தாவது வயதில் தத்துப் பிள்ளையானார். இவர்களைத்தான் இவர் தம் பெற்றோராகக் குறிப்பிடுவது வழக்கம். ஏழ்மையான குடும்பத்தில் பிறந்த இவர், செல்வம் மிகுந்த குடும்பத்தில் தத்துப் பிள்ளையாகச் சென்றதால், பால்யகாலத்தில் செழிப்பான வாழ்வை வாழ்ந்தார்.

தத்து எடுத்த இவரது தந்தையார் ஒரு நெசவாளராக வாழ்க்கையைத் தொடங்கி, அயராத உழைப்பால் பட்டுச்சேலை உற்பத்தியாளராக உயர்ந்தவர். தமிழில் கணக்கு எழுதவும், கையெழுத்திடவும் மட்டும்தான் அவருக்குத் தெரியும். மைசூர் வெங்கடாசலம் வெங்கட்ராம் என்கிற எம்.வி.வியின் குடும்பத்தில் இவருக்கு முன் படித்தவர்கள், பண்டிதர்கள் என்று யாரும் இல்லை. இவரது வீட்டில் தொழில் நிமித்தமாகக் காலை ஏழு மணியிலிருந்தே நெசவாளர்களும் அவர்களுக்குத் துணை செய்யும் சிறுவர்களுமாய் பதினைந்து, இருபது பேர் கூடி விடுவார்களாம். பள்ளி விடுமுறை நாட்களில் தந்தையார் இவரையும் வேலைக்காக ஏவி விடுவாராம். பிறருக்கு உதவி செய்வதில் முனைந்து நிற்பவரான இவர் தந்தையாருக்குத் தெய்வபக்தி அதிகம். அவருக்கு ஒரு பழக்கம் இருந்துள்ளது. தனது பட்டு ஜவுளிக் கடையை தினமும் மூடுவதற்கு முன்னால், ஏதாவது ஒரு கதையைப் படிக்கச் சொல்லிக் கேட்பாராம். அதன் பின்புதான், கடையை மூடிவிட்டு, தூங்கச் செல்வாராம். சின்ன

வயதிலிருந்து இப்படிப் பல புராணக் கதைகளைப் படித்துச் சொல்லி வளர்ந்திருக்கிறார் எம்.வி.வி. இது தவிர, வாராவாரம் சனிக்கிழமை, அவர் வீட்டில் பஜனைக் கச்சேரி நடந்துள்ளது. அந்த பக்தி இலக்கியக் கேள்வி ஞானம்தான், பின்னாளில் அவர் எழுத வருவதற்குத் தொடக்க உந்துதலாக இருந்திருக்கலாமென்று தோன்றுகிறது.

ஆரம்பக்கல்விக்குப் பிறகு கும்பகோணத்தின் புகழ்பெற்ற நகர உயர்நிலைப் பள்ளியில் ஆங்கில வழியில் இவரது உயர் நிலைப் படிப்பு தொடர்ந்தது. அந்தக் காலத்தில் அவரது இளம் வயதில் அவருக்கு வாசிக்கக் கிடைத்தவை 'கலைமகள்', 'ஆனந்தவிகடன்' போன்ற பத்திரிகைகள் மட்டுமே. அந்தப் பத்திரிகைகளையும் ஆரணி குப்புசாமி முதலியார், ஜே.ஆர். ரங்கராஜு, வடுவூர் துரைசாமி அய்யங்கார் போன்றவர்கள் எழுதிய பல நாவல்களையும் அவர் வாசித்துள்ளார். இவற்றையெல்லாம் படிக்கும்போது, பதின்மூன்று வயதில், நாமும் ஏன் எழுத்தாளனாகக் கூடாது என்ற எண்ணம் தோன்றி, தமது பதினாலாவது வயதில் இவரும் இவரது நண்பர் ஒருவருமாகச் சேர்ந்து துப்பறியும் நாவல் ஒன்றை எழுதியுள்ளனர்.

"என் பெயரை அச்சில் பார்க்க வேண்டும், நாலு பேர் பார்த்து என் புத்திசாலித்தனத்தை வியக்க வேண்டும் என்ற பேராசை என்னை முதலில் எழுதத் தூண்டியது" என்று சொன்ன எம்.வி.வி., எஸ்.எஸ்.எல்.சி படிக்க வருவதற்குள், ஆயிரம் பக்கங்களுக்கு மேல் எழுதியிருக்கிறார். அவை பெரும்பாலும் வசன கவிதைகளாகவும், கதைகளாகவும் இருந்துள்ளன. எழுதியதோடு மட்டுமல்லாமல், எழுதியதை ஆனந்த விகடன், பிரசண்ட விகடன், கலைமகள் போன்ற இதழ்களுக்கும் மற்றும் பல பத்திரிகைகளுக்கும் தொடர்ந்து அனுப்பிக்கொண்டே இருந்திருக்கிறார். ஆனால், அவை திரும்பி வந்தவண்ணம் இருந்திருக்கின்றன. "பத்திரிகைக்காரர்கள் ஏன் திருப்பி அனுப்புகிறார்கள் என்று, நிதானித்து யோசிக்க முடியாமல், ஆட்டத்தில் தோற்கத் தோற்க வென்றாக வேண்டும் என்றொரு வெறி எனக்கு ஏற்பட்டுக் கொண்டிருந்தது. மேலும் மேலும் எழுதி என் போராட்டத்தைத் தொடர்ந்தேன்" என்று சொல்லியுள்ளார்.

பள்ளிப்படிப்பு முடிந்தவுடன் வெங்கட்ராம் கும்பகோணம் அரசினர் கல்லூரியில் சேர்கிறார். அக்காலத்தில் கல்லூரியில் இண்டர்மீடியட் படிப்பு இரண்டு ஆண்டு காலமாக இருந்துள்ளது. இன்டர்மீடியட் முதலாண்டு படிக்கும்போது, 'ஹிந்தி விசாரத்' தேர்வுக்காக ஹிந்தி ஆசிரியரான பி.எம். கிருஷ்ணசாமி என்பவரிடம் தனியே ஹிந்தி பயில்கிறார். தன் ஹிந்தி ஆசிரியர் வீட்டில்தான் மணிக்கொடி பத்திரிகையை முதன்முதலில்

பார்க்கிறார். அப்படி ஒரு பத்திரிகை இருப்பதே அவருக்கு அதுவரை தெரியாது. அதன் பழைய இதழ்கள் பலவற்றையும் படிக்கிறார். அவரது ஹிந்தி ஆசிரியர் நல்ல ஹிந்தி சிறுகதைகளைத் தமிழில் மொழிபெயர்த்து, மணிக்கொடி இதழுக்குக் கொடுத்து வந்திருக்கிறார்.

எழுத்தாளர்கள் ந. பிச்சமூர்த்தி, கு.ப.ரா. கதைகளையும், அவர் ஹிந்தியில் மொழிபெயர்த்து அதில் வெளியிட்டு வந்திருக்கிறார். இப்படித்தான் எம்.வி.வி.க்கு மணிக்கொடி இதழ் பரிச்சயமாகி உள்ளது.

ந. பிச்சமூர்த்தி, கு.ப. ராஜகோபாலன் ஆகிய இருவருமே கும்பகோணத்துக்காரர்கள் என்பதையும், அவரை விட சுமார் இருபது வயது மூத்தவர்கள் என்பதையும், இவர்கள் ஹிந்தி ஆசிரியர் வீட்டிற்கு அடிக்கடி வருவதையும் எம்.வி.வி. அறிந்து கொள்கிறார். 'சிட்டுக்குருவி' என்னும் ஒரு சிறுகதையை எழுதி இவர் ஹிந்தி ஆசிரியரிடம் கொடுத்து "இது மணிக்கொடிக்குச் சரியாக இருக்குமா...? கொஞ்சம் பாருங்கள்" என்று மிகுந்த தயக்கத்துடன் கேட்டுள்ளார் எம்.வி.வி. அவர் அதை வாங்கி, 'உனக்கும் இந்தப் பைத்தியம் இருக்கா?' என்று கதையைப் படித்துள்ளார். "கு.ப.ரா.வும் பிச்சமூர்த்தியும் இங்கு வருவார்கள், அவர்கள் வரும் போது அவங்ககிட்ட காமிக்கிறேன். பிச்சமூர்த்தியும், கு.ப.ரா.வும் கதையைப் படித்து மணிக்கொடிக்கு அனுப்பலாம் என்றால் அனுப்புவோம்" என்று சொல்லி உள்ளார். கு.ப.ரா. மணிக்கொடியில் அப்போது தொடர்ச்சியாக எழுதிவந்த, 'கருவளையும் கையும்' என்ற வசன கவிதை, எம்.வி.வி.க்குள் ஒரு படைப்புக் கிளர்ச்சியையே உருவாக்கியிருந்த நேரம் அது. பின்னர் கு.ப.ரா., பிச்சமூர்த்தி இருவருமே இவர் கதையைப் படித்துள்ளனர். உடனே பி.எஸ். ராமய்யாவுக்கு, "ஒரு புதிய எழுத்தாளர் உதயமாகியிருக்கிறான்" என்ற அறிமுகக் கடிதத்தோடு, கதையை அனுப்பி வைத்துள்ளனர். அந்தக் கதை 1936ஆம் ஆண்டு, நவம்பர் மாத மணிக்கொடியில் 'சிட்டுக்குருவி' என்கிற பெயரிலேயே எம்.வி.வி.யின் முதல் கதையாக வெளியாகியுள்ளது. அப்போது அவருக்கு வயது பதினாறு. கல்லூரியில் முதல் ஆண்டு படிக்கும்போதே, புகழ்பெற்ற மணிக்கொடியில் கதைகள் வெளிவரத் தொடங்கி, எம்.வி.வி. எழுத்தாளர் ஆகிவிட்டார். இதை எம்.வி.வி. "மூன்று நான்கு ஆண்டு காலமாய் நான் செய்து வந்த தவம் பூர்த்தி ஆயிற்று என்று நான் உற்சாகப்பட்டேன். தவம் பூர்த்தியாகவில்லை, அப்போதுதான் ஆரம்பமே ஆகியிருந்தது என்பதைப் பின்னர் உணர்ந்தேன்" என்று பின்னாளில் எழுதுகிறார்.

இந்தக் கதை வெளிவந்த சில நாட்கள் கழித்து ஹிந்தி ஆசிரியர் இல்லத்துக்குச் செல்லும்போது, அங்கு முதல் முறையாக

பிச்சமூர்த்தியைத் தனியாகச் சந்திக்கும் வாய்ப்பு ஏற்படுகிறது. அப்போது பிச்சமூர்த்தி எம்.வி.வி.யைப் பார்த்து, “சிட்டுக்குருவி எழுதிய வெங்கட்ராமன் நீதானே? கதை சுமார்தான். ஆனால், அதில் ஒரே ஒரு பாரா நீ நல்ல கலைஞனாவாய் என்று காட்டுகிறது. எழுதுவதை நிறுத்தாதே” என்று ஊக்கப்படுத்துகிறார். அதன் பின் ‘அடுத்த ஜன்மச் சாயை’ என்ற எம்.வி.வி.யின் கதை மணிக்கொடியில் வந்துள்ளது. அப்போது அதைப் படித்திருந்த பிச்சமூர்த்தி அதே ஹிந்தி ஆசிரியர் வீட்டில் பார்த்து, “அடுத்த ஜென்மச் சாயை உன் சொந்தக் கதைதானே?”
“ஆமாம் சார்.”

“ரொம்ப நன்றாக வந்துள்ளது. நான் இப்படி ஒரு கதையை என் ஆயுசில் படித்ததில்லை. இனியும் படிப்பேனா என்பதும் சந்தேகம்.” இந்தப் பாராட்டு எம்.வி.வி.க்கு கல்லூரிப் படிப்பையே மறக்க வைத்து எழுத்தின் மீதே ஒரு பித்து ஏற்படச் செய்து விட்டது. பிச்சமூர்த்தி பாராட்டைப் பற்றி, “அதை அவர் சொன்னபோது நான் செத்தே போய்விட்டேன் போங்கள்” என்று ஒரு முறை எம்.வி.வி. சொன்னார். அதன்பின் அவர் கல்லூரிப் படிப்பையே ஒத்தி வைத்துவிட்டு, சிறுகதைப் படைப்பில் முழுமூச்சாய் ஈடுபாடு கொண்டு எழுதத் தொடங்கியுள்ளார்.

அவர் எழுதத் துவங்கிய காலக்கட்டத்தில் ந. பிச்சமூர்த்தி, கு.ப.ரா., தவிர மௌனியும் கும்பகோணத்தில் இருந்துள்ளார். அப்போது கணித ஆசிரியராக இருந்த ஆர்.எஸ். மணி என்கிற மௌனி தன்னை விட பதிமூன்று வயது குறைந்த கல்லூரி மாணவனாக எம்.வி.வி. இருக்கும் போதே அவர் வீட்டுக்கு அடிக்கடி சென்று பேசிக் கொண்டிருக்கும் பழக்கம் உள்ளவர். இந்த எழுத்தாளர்களின் கூட்டுறவினால் எம்.வி.வி.யின் எழுத்தார்வம் மேலும் வளர்ந்தது. புனைகதை உலகில் ஆழ்ந்து ஈடுபட்ட காரணத்தினால், இன்டர்மீடியட் படிப்பில் இவர் தேர்ச்சி பெற முடியாமல் ஓராண்டு காலம் கல்லூரிக் கல்வி தடைப்பட்டுவிட்டது. கல்லூரியில் கல்வியில் தோல்வியுற்றாலும், அதனால் துவண்டு விடாமல், படிப்பிலும் போதிய கவனம் செலுத்தி மீண்டும் தேர்வு எழுதி வெற்றி கண்டுள்ளார். அதன் பின், மீண்டும் குடந்தைக் கல்லூரியிலேயே பி.ஏ. பொருளியல் படிக்கச் சேர்ந்துள்ளார். கல்லூரியில் முதலாண்டு படிக்கும்போதே, கல்லூரி நூலகத்தில் தமிழ் இலக்கிய நூல்கள் மட்டுமல்லாது, ஹிந்தி நூல்களையும் ஆங்கில மொழி நூல்களையும் எடுத்து வாசிக்கிறார். அந்தோன் செக்காவ், தஸ்தயேவ்ஸ்கி, டால்ஸ்டாய், மபசான் இப்படி, பல மேல் நாட்டு எழுத்தாளர்கள் அப்போது அவருக்கு மிகப் பிடித்தமானவர்களாக இருந்துள்ளனர். கல்லூரியில் படிக்கும் காலத்திலேயே இவருக்குத் திருமணமும் நடந்துள்ளது.

எம்.வி.வி. ஏழை நெசவாளிக் குடும்பத்தில் பிறந்து மிக வசதியான குடும்பத்தில் தத்து போனதுமல்லாமல் அந்தக் காலத்திலேயே கல்லூரியில் இன்டர்மீடியட் தேர்ச்சி பெற்று பி.ஏ. படிக்கிற அளவுக்கு வந்துவிட்டதால் அந்தச் சமூகத்திலேயே மிகப் பெரிதாக மதிக்கப்பட்டார். அதனால் அவர் படிக்கிற காலத்திலேயே அவருக்கு ஏகப்பட்ட வரன்கள் வந்தபடி இருந்துள்ளன. அப்படி பெரும் வசதியுள்ள 'அரண்மனை' குடும்பத்திலிருந்தும் அவருக்கு வரன் வந்தது. ஜாதகமெல்லாம் பொருந்திப் போக 'அரண்மனை' குடும்பத்தின் ருக்மணியம்மாளே அவருக்கு மனைவியாக வந்தார். அவர் கொண்டு வந்த சீதனங்களைக் கேட்டால் மலைத்துப் போவீர்கள். அரை வீசை தங்கத்தோடும் (700 கிராம்கள்) ஒரு வீசை (1400 கிராம்கள்) வெள்ளிச் சாமான்களோடும் வீட்டு உபயோகத்துக்காக ஒரு மாட்டு வண்டி நிறைய பித்தளைப் பாத்திரங்களோடும் புகுந்த வீட்டுக்கு வந்தவர் ருக்மணி அம்மாள். அவரது குடும்பப் பெயர் 'அரண்மனை'. பொது நன்மைக்காக அம்மாவின் குடும்பத்தைச் சார்ந்த அரண்மனை ஏ.ஆர். ராமசாமி அவர்கள் கும்பகோணம் மகாமகக் குளம் மேற்குக் கரையில் கட்டிய சத்திரமும், ரயிலடியில் அவர் கட்டிய சத்திரமும், காவிரிக்கரை அரசலாற்றங்கரையில் உள்ள சுடுகாடுகளுக்கு அவர்கள் குடும்பத்தார் செய்த அறப்பணிகளும் காவிரியைக் கடந்து கல்லூரிக்குச் செல்ல அரசு ஆடவர் கல்லூரிக்கு அவர்கள் கட்டித் தந்த நடைப்பாலமும் அளப்பரிய மறக்கவியலா சேவைகள்.

இவர் கல்லூரியில் படிக்கும் காலத்தில் பல பரிசுகளைப் பெற்றுள்ளார். பி.ஏ. பட்ட வகுப்பில் பொருளாதாரம், வரலாறு, தமிழ், ஆங்கிலம் முதலிய பாடங்கள் இருந்துள்ளன. கவித்துவத்தோடு தமிழில் எழுதும் ஆற்றலுடைய இவருக்கு, ஆங்கிலத்திலும் அதே எழுதும் திறன் இருந்திருக்கிறது. 1940ம் ஆண்டு குடந்தைக் கல்லூரியில் பேராசிரியர் ஆ. கிருஷ்ணசாமி அய்யர் மேற்பார்வையில் ஒரு பரிசுக்கான ஆங்கிலக் கட்டுரைப் போட்டி நடைபெற்றுள்ளது. காலை ஒன்பது மணியிலிருந்து பன்னிரண்டு மணி வரை மூன்று மணி நேரம் நடைபெற்றுள்ளது. எம்.வி.வி. பத்து மணிக்குத்தான் போட்டி என நினைத்துக் கொண்டு, ஒரு மணி நேரம் கால தாமதமாகச் சென்றுள்ளார். இருப்பினும் பத்து மணிக்கு எழுதத் தொடங்கியுள்ளார். "வரலாற்று நிகழ்ச்சிகள் மனிதகுல முன்னேற்றத்தைக் குறிப்பனவா?" (Do you think that the events of history mark the progress of humanities?) என்ற தலைப்பு கொடுக்கப்பட்டிருந்திருக்கிறது. இந்தத் தலைப்புக்காக அவர் படிக்கவும் இல்லை, தயார் செய்யவும் இல்லை. ஆனாலும் ஏறத்தாழ ஐம்பது பக்கங்கள் கட்டுரையை எழுதிக் கொடுத்துள்ளார். இந்தக் கட்டுரைதான் போட்டியில் முதலிடத்தைப் பெற்றுள்ளது. இந்தப் போட்டியை

நடத்திய கிருஷ்ணசாமி அய்யர், "என்னுடைய முப்பது ஆண்டுகால அனுபவத்தில், ஒரு மாணவனின் இது போன்ற ஒரு சிறந்த கட்டுரையை நான் கண்டதேயில்லை" எனப் பாராட்டியுள்ளார்.

இந்தக் கட்டுரையைத் தமிழில் மொழிபெயர்ப்பு செய்து, அறிஞர் வெ. சாமிநாத சர்மா அவர்கள், இரங்கூனிலிருந்து நடத்தி வந்த 'ஜோதி' என்னும் மாத இதழுக்கு எம்.வி.வி. அனுப்ப, அதுவும் அப்போது அந்த இதழில் வெளிவந்துள்ளது.

வ.ரா. பதிப்பித்த மணிக்கொடியில், அதாவது 1933 செப்டம்பர் முதல் 1935 ஜனவரி வரையில் உள்ள இதழ்களைப் பற்றி எம்.வி.வி.க்குத் தெரியாது. பி.எஸ். இராமையாவின் மணிக்கொடியோடுதான் இவருக்குத் தொடர்பு இருந்தது. எம்.வி.வி.யின் முதல் கதை மணிக்கொடியில் வெளிவந்த பிறகு, ஹிந்தி ஆசிரியர், ந.பிச்சமூர்த்தி, கு.ப.ரா. ஆகியோர்களின் உதவியை எதிர்பார்க்காமல் அவரே மணிக்கொடிக்கு நேரடியாகக் கதைகளை அனுப்புகிறார். 1936 நவம்பர் முதல் 1938 பிப்ரவரி வரை இராமையாவின் மணிக்கொடியில் எம்.வி.வி.யின் 15 சிறுகதைகள் வெளிவந்தன. இவ்வாறு இவரின் கதைகள் பத்திரிகைகளில் வெளிவரவே, எம்.வி.வி.யின் வளர்ப்புப் பெற்றோர் இவரை 'பிறவி மேதை' எனத் தீர்மானித்து விட்டனர். ஏற்கனவே வீட்டில் செல்லப் பிள்ளையாக வாழ்ந்த அவரை எவ்விதத்திலும் கட்டுப்படுத்தவில்லை. இவரும் தாம் ஒரு கல்லூரி மாணவர் என்பதையே மறந்து, முழு நேர எழுத்தாளனாக மாறியுள்ளார்.

1938 பிப்ரவரி இதழுக்குப் பிறகு மணிக்கொடியில் சில இதழ்கள் வெளிவரவில்லை. சில உட்பூசல்களால் மணிக்கொடியானது நிறுத்தப்பட வேண்டியதாயிற்று. பின் நிர்வாக ஆசிரியர் ப. ராமசாமி அவர்களின் பொறுப்பில் மணிக்கொடியானது மீண்டும் வெளிவந்தது. ப.ரா. அவர்கள் ராமையாவால் நிராகரிக்கப்பட்ட எம்.வி.வி.யின் கதைகளைப் பிரசுரித்தார். பிச்சமூர்த்தி, புதுமைப்பித்தன், கு.ப.ரா. முதலிய பெயர்களுக்கிடையில் எம்.வி.வி.யின் பெயரும் வந்ததை எண்ணி எம்.வி.வி.க்கு ஒரு பக்கம் சங்கோஜம், இன்னொரு பக்கம் சந்தோஷம்.

எல்லாமும் உற்சாகமாக நடக்க, இவருடைய கதைகளுக்கும் புதிய மதிப்பு உண்டாகிக் கொண்டிருந்த அந்த நேரத்தில், நாம் இனி சென்னைக்குச் சென்றுவிடலாம் என்று முடிவு எடுக்கிறார். அதற்காகத் திட்டமிட்டு, சரத்சந்திரரின் இரண்டு நாவல்களையும், கே.எம். முன்ஷியின் நாவல் ஒன்றையும் இராப்பகலாக மொழிபெயர்க்கிறார். அந்த மூன்று நாவல்களையும் ஏதேனும் ஒரு பதிப்பகத்தில் கொடுத்துப் பணம் வாங்கிக் கொண்டு, சென்னையில் ஏதாவது பத்திரிகையிலோ, அலுவலகத்திலோ

வேலை தேடிக் கொள்வது என்று திட்டமிடுகிறார். அப்போது பி.ஏ. முதலாண்டு படித்துக் கொண்டிருக்கும் நேரம். பாடப் புத்தகங்கள் கூட வாங்கவில்லை. ஆனால், ஊருக்குச் செல்லக் கைச்செலவுக்காகக் கையில் இருந்த வெள்ளி வாட்ச் செயினை அடகு வைத்து பத்து ரூபாய் பணம் வாங்கி, வீட்டில் யாருக்கும் தெரியாமல் சென்னைக்கு வந்து அங்கு திருவல்லிக்கேணியில் எஸ்.ஆர். சாரங்கபாணி என்ற நண்பரின் அறையில் தங்குகிறார். இவர் எம்.வி.வி.யின் கதைகளை விரும்பிப் படித்துப் பாராட்டுபவர். கல்லூரியில் எம்.வி.வி.யை விட இரண்டு வருடம் மூத்தவர். வீட்டில் சொல்லாமல் எம்.வி.வி. சென்னைக்கு வந்துள்ளதை அறிந்தும், அங்கு அவர் பெற்றோர்கள் தவிப்பார்கள் என்பதை உணர்ந்தும் அவரை அன்போடு கவனித்துக் கொள்கிறார்.

மறுநாள் காலையில் நவயுகப் பிரசுராலயம் - மணிக்கொடி காரியாலயத்திற்குச் சென்றார் எம்.வி.வி. கையில் மூன்று மொழிபெயர்ப்பு நாவல்களை எடுத்துச் சென்றார். அங்கு இருந்த ப. ராமசாமி இவரைப் பார்த்தவுடன் மிகவும் அன்போடு வரவேற்கிறார். மூன்று நாவல்களையும் எடுத்து வைத்துக் கொண்டு, இருநூறு ரூபாய் தருவதாகக் கூறுகிறார். ஒரு ஹோட்டலில் டிஃபன் சாப்பிட்டுக் கொண்டிருக்கும்போது, எம்.வி.வி. யின் குடும்ப நண்பர் எம்.வி.வி.யைப் பார்த்து, "என்ன காரியம் செய்தீர்கள்? உங்களைக் காணாமல் உங்கள் அம்மாவும், அப்பாவும் அழுதபடி இருக்கிறார்கள். உடனே புறப்படுங்கள்" என்று கூறி எம்.வி.வி.யை உடனே கும்பகோணத்திற்கு இரயில் ஏற்றி அனுப்பி வைக்கிறார். "இவ்வாறாக நான் சென்னையில் எழுத்தாளனாகப் புக முயன்று முதல் முதலாகப் பசியின் சுகத்தையும் நுகர்ந்தபின் மீண்டும் குடும்பச் சூழலுக்கு வந்தடைந்தேன்" என்கிறார் எம்.வி.வி. இவ்வளவுக்கும் மத்தியில் படைப்பு இலக்கியத் துறையில் மிக்க ஆர்வம் செலுத்தித் தம் திறனை வளர்த்துக் கொண்டிருந்த அதே நேரம் எம்.வி.வி. பட்டப்படிப்பிலேயும் கவனம் செலுத்தி பி.ஏ. பட்டம் பெற்றார். ஹிந்தி 'விஷாரத்' தேர்விலும் வெற்றி கண்டார்.

இவர் பி. ஏ. படித்து முடித்த நேரம் இவரது தந்தையார் தொழிலில் சிறு நலிவு ஏற்பட, தான் ஏதேனும் ஒரு வேலைக்குச் சென்று, குடும்பத்தைக் காப்பாற்றலாமென எண்ணி, கும்பகோணம் சிறிய மலர் உயர்நிலைப் பள்ளியில் சற்றேறக் குறைய ஓராண்டு காலம் (1941) பட்டதாரி ஆசிரியராக தற்காலிக வேலை பார்க்கிறார். பின் அவ்வேலையை விட்டுவிட்டு, பூனா இராணுவ அலுவலகத்தில் மிலிட்டரி அக்கவுன்ட்ஸ் செக்ஷனில் எழுத்தராகப் (1942, 1943) பணியாற்றுகிறார். பூனாவில் இரண்டாண்டு காலம் பணியாற்றும்போது தமிழ் இதழ்களை எல்லாம் அங்கு தருவித்து வாசித்துக் கொண்டிருக்கிறார். அவரது பூனா

வாச அனுபவங்கள் பின்னாளில் 'ஆகஸ்ட் சம்பவம்', 'போதையும் போதமும்', 'வாடகைத் தங்கை' போன்ற சில கதைகளில் நீற்றலாக வெளிப்பட்டன. பூனாவில் இருந்தபோது தானும் ஓர் இலக்கிய இதழைத் தொடங்க வேண்டுமென எண்ணுகிறார். இரண்டு வருடங்களுக்குப் பிறகு, 'இந்த வேலை போதும், போய் ஓர் இலக்கிய இதழைத் தொடங்குவோம்' என்ற ஆசையோடு ஊருக்குத் திரும்புகிறார்.

*1936*இல் மணிக்கொடியில் எழுதி வெளிவந்த காலம் தொட்டே சிறு பத்திரிகைகள் மேல் எம்.வி.விக்கு ஆர்வம் இருந்துள்ளது. அவரது பெரும்பாலான படைப்புகள் சிறு பத்திரிகைகளில் வெளி வந்தவையே. கலாமோகினி, காதல், கலாவல்லி, கணையாழி, உமா, சக்தி, முல்லை, கிராம ஊழியன், சுதேசமித்திரன், சிவாஜி, சந்திரோதயம், சௌராஷ்டிர மணி போன்ற சிற்றிதழ்களில் அவர் தொடர்ந்து எழுதிவந்தார். இலக்கியத்துக்குள் அறியப்பட்ட எழுத்தாளராக ஆன பின்பு அவருக்கு பத்திரிகை ஆசிரியர் ஆகும் ஆசை இருந்துகொண்டே இருந்திருக்கிறது.

ஊரிலிருந்து திரும்பியதும் பத்திரிகை ஆரம்பிக்கும் ஆசையைத் தன் நண்பர் கரிச்சான்குஞ்சுவிடம் முதலில் சொல்ல, அவர் புத்தக வெளியீடுகள் செய்யலாம் என்று முதலில் யோசனை சொல்கிறார். தி.ஜானகிராமன்தான் ஒரு மாதாந்திரப் பத்திரிகையாக நடத்தலாம் என்று சொல்கிறார்.

கும்பகோணத்தில் இதழைத் தொடங்க நினைத்த எம்.வி.வி., கடைசியில் கு.ப. ராஜகோபாலனிடம் சென்று ஆலோசனை கேட்கிறார். "கிராம ஊழியனே உங்க பத்திரிகைதானே. அப்பறம் தனி இதழ் எதற்கு... இதிலேயே நீங்கள் எழுதுங்கள்" என்று சொல்கிறார் கு.ப.ரா. "தமிழில் காண்டேகரைப் போல ஆனால் அதே சமயம் அவரை விட இன்னும் ஆழமாக நீங்கள் நாவல் எழுத வேண்டும்" என்றெல்லாம் எம்.வி.வி.யை உற்சாகப்படுத்தி வந்த அவரது வார்த்தையை மீற முடியாமல் அதிலே எழுதிக்கொண்டு வியாபாரத்தையும் சிரத்தையாகக் கவனிக்க ஆரம்பிக்கிறார். அவர் ஆரம்பித்த சரிகைத் தொழில் மெல்லச் சூடு பிடிக்க, பொருளாதார நிலையில் ஓரளவு உயர்கிறார். நிலைமை இப்படியே செல்ல, கொஞ்ச காலத்தில், கு.ப.ரா. நலிவுற்றுக் காலமாகிறார். அவர் மறைவினால் எழுத்தாளர்கள் கரிச்சான்குஞ்சு, தி. ஜானகிராமன், எம்.வி.வி. என்று அவரால் உற்சாகப்படுத்தப்பட்ட வர்களும் இலக்கிய வாசகர்களும், நண்பர்களும் மிகுந்த வேதனையடைந்து பின் மீள்கிறார்கள். அதிலிருந்து மீண்டதும் எம்.வி.விக்கு தனியே பத்திரிகை நடத்தும் ஆசை மீண்டும் துளிர்க்கிறது. மறுபடியும் தன் நண்பர்கள் தி. ஜானகிராமன், கரிச்சான் குஞ்சு

ஆகியோரிடம் விவாதிக்கிறார். அப்போது அய்யம்பேட்டையில் இருந்த ஜானகிராமன் விடுமுறைதோறும் அவர் வீட்டுக்கு வந்து ஆரம்பிக்க இருக்கும் ‘தேனீ’க்கான திட்டங்களை வகுத்துத் தருகிறார். போதாததற்கு விளம்பரம் வாங்க இருவரும் பம்பாய், பூனா எல்லாம் சென்று வருகிறார்கள். விளம்பரம் கிடைக்கவில்லை என்பது வேறு விஷயம். ஆனால், உற்சாகமாகத் ‘தேனீ’ மாத இதழைத் தொடங்கும் வேலைகளை ஆரம்பிக்கிறார் எம்.வி.வி. தன் நண்பரை உற்சாகப்படுத்த எம்.வி.வி.யை விட ஜானகிராமனே அதிகம் எழுதித் தருகிறார்.

பொருளாதாரத்தில் இளங்கலை படித்து, பட்டம்பெற்று வேலைக்குச் சென்று, பின் வியாபாரத்துக்கு வந்து, அதிலும் லாபம் ஈட்டி இலட்சாதிபதி ஆன சமயத்திலும் எம்.வி.வி.யை ஏன் இந்த பத்திரிகை ஆசை துரத்தியது...? இலக்கியப்பித்து தவிர வேறென்ன...? தேனீ இதழை நடத்த முடிவெடுத்து நண்பர்களோடு சேர்ந்து அதற்கு முதலீடு செய்து, தானே ஆசிரியராக இருந்து தன் வீட்டு முகவரியில் ‘தேனீ’ (1948) என்ற இலக்கிய இதழை ஆரம்பித்து விடுகிறார் எம்.வி.வி. அதன் உதவி ஆசிரியர் அவரது அத்யந்த நண்பன் கரிச்சான்குஞ்சு.

‘பேப்பர்காரனுக்கு, பிரஸ்காரனுக்கு, பைண்டிங் பண்றவனுக்கு நாம் கடன் சொல்ல முடியுமா? பணம் இல்லன்னு சொல்ல முடியுமா? எழுத்தாளன் மட்டுமென்ன விதிவிலக்கு?’ என்று சொல்லி நாற்பதுகளில் தேனீயில் எழுதியவர்களுக்குப் பதினைந்து ரூபாய் சன்மானம் தந்துள்ளார். இவ்வளவு பணம் வருகிறதே என்று இரண்டு பெயரில் அதில் எழுதிய எழுத்தாளர்களும் உண்டு என்பது இதில் இன்னொரு சுவாரஸ்யம். ந. பிச்சமூர்த்தி, க.நா.சு., மௌனி, தி. ஜானகிராமன், கரிச்சான் குஞ்சு, லா.ச.ரா, சாலிவாஹனன், ச.து.சு. யோகியார், பெ.கோ. சுந்தரராஜன் (சிட்டி), ஸ்வாமிநாத ஆத்ரேயன், வல்லிக்கண்ணன், பராங்குசம், கலைவாணன், கி.ரா. கோபாலன் போன்ற பல சிறந்த எழுத்தாளர்களின் படைப்புகள் அதில் இடம்பெற்றன.

மௌனியின் கதை ஒருமுறை பிரசுரத்திற்கு வந்ததாகவும், ‘அதில் ஏகப்பட்ட கிராமர் மிஸ்டேக். கமா, ஃபுல்ஸ்டாப் ஏதுமில்லை. கிளாரிட்டி இல்லை. ஆனால், எல்லாவற்றையும் மீறி நெளிநெளி கோடுகளால் ஆன நுட்பமான வேலைப்பாடு கூடிய மனச்சித்திரங்கள் அவை’ என்றும் சிலாகித்துச் சொல்வார். மௌனி எழுத்து குறித்து சிற்சில விமர்சனங்கள் இருந்தபோதும் அவர் கதை தேனீயில் வரும் முன், அப்போது ‘மௌனியைச் சந்தியுங்கள்’ என்ற தலைப்பில் ஹிண்டு, தினமணி, சுதேசமித்திரன் போன்ற பத்திரிகைகளில் விளம்பரம் கொடுத்துள்ளார். க.நா.சு.வை அதில் தொடர் எழுத வைக்கப் படாத பாடு பட்டிருக்கிறார்.

எம்.வி.வி. அந்தப் பத்திரிகைக்காகச் செய்த காரியங்கள் கொஞ்ச நஞ்சமல்ல.

அந்தக் காலத்தில் கிட்டத்தட்ட அந்த ஒரு வருஷத்தில் பல ரூபத்தில் முப்பதாயிரம் ரூபாய் வரை அந்தப் பத்திரிகையால் நஷ்டம் அடைந்துள்ளார் எம்.வி.வி. இந்தக் காலமதிப்பில் அது எத்தனை இலட்சம் எனக் கணக்கிட்டுக் கொள்ளுங்கள். அந்தப் பத்திரிகை நடத்தியதன் மூலம் அவர் பெற்ற அனுபவங்கள் ஒரு தனி நாவலுக்குரியவை என்று ஒரு முறை சொல்லியிருக்கிறார்.

'தேனீ' இதழ் 1948 ஜனவரி முதல் 1949 ஜனவரி முடிய ஓராண்டு காலம் வெளிவந்துள்ளது. 'தேனீ' இதழுக்கு எம்.வி. வெங்கட்ராம், எம்.வி. ராஜகோபால், கே.வி. இராமசாமி, கே.வி. இராஜாராமன் ஆகிய நால்வரும் கூட்டாளிகளாக இருந்து சமமாக முதலீடு செய்வதென முதலில் வாய்மொழி ஒப்பந்தம் செய்து கொண்டிருக்கின்றனர். ஆனால், இதழ் தொடங்கியதும், பொறுப்புகளையெல்லாம் எம்.வி.வி.யிடமே விட்டுவிட்டு இராமசாமியும், இராஜாராமனும் ஒதுங்கி விட்டனர். ஓராண்டு 'தேனீ' இதழ் நடைபெறுவதற்குள் ஆயிரக்கணக்கில் பண இழப்பு ஏற்பட்டுள்ளது. இராஜகோபால் மட்டும் ஓரளவு இந்த இழப்பில் பங்கு கொண்டிருக்கிறார். மற்ற இருவரும் சிறு இழப்போடு ஒதுங்கி விட்டனர். தேனீக்கு முதல் இதழிலிருந்தே ஏராளமான விளம்பரங்கள் கிடைத்துள்ளன. கூட்டாளிகளில் ஒருவராக இருந்த கே.வி. இராமசாமி அதைத் தொடர்ந்து கிடைக்காதவாறும் இதழ் வெளிவராதவாறும் இரகசியமாய்ச் சூழ்ச்சி செய்து தடுத்துவிட்டார். இதனால் 'தேனீ' இதழ் பெரும் இழப்பில் நடத்த வேண்டியதாயிற்று. அவரை நண்பர் என நம்பியிருந்த எம்.வி.வி. அவரது தந்திரங்களை அறிந்தபின், மனமுடைந்து, 'தேனீ' சம்பந்தமான கணக்குப் புத்தகங்களை எல்லாம் மூட்டை கட்டி வைத்ததுடன், 'தேனீ' தொடர்பான பாக்கிக் கடன்களையெல்லாம் இவர் ஒருவரே கொடுத்துத் தீர்த்து இழப்பின் பெரும்பகுதியை, ஏற்றுக் கொண்டுள்ளார்.

அந்த ஒரு கூட்டாளியின் சூழ்ச்சியால் 'தேனீ' இதழ் நின்றுவிட்டது போலவே, இவர் செய்த ஜரிகை வியாபாரத்திலும் ஒரு துரோகச் செயல் குறுக்கிட்டுள்ளது. இவருக்கு ஜரிகை அனுப்பி வந்த சூரத்காரர் ஒருவர் இவரது கணக்கில் பல ஆயிரம் ரூபாய் மோசடி செய்துள்ளார் என்பதை 'தேனீ' இதழ் நின்றதும் அறிந்துகொண்ட எம்.வி.வி. அவர் மீது வழக்கு தொடுக்கிறார். இரண்டு ஆண்டு காலம் வழக்கு விசாரணைக்கு வரவில்லை. இனி தள்ளிப் போகாது என்ற நிலை வந்ததும், சூரத்காரர் நேராக இவரது வீட்டுக்கு வந்து, இவருடைய கால்களில் விழுந்து,

தான் செய்த தவறுக்கு மன்னிக்கும்படி வேண்டியதுடன், வழக்கைத் திரும்பப் பெறாவிட்டால், தான் தற்கொலை செய்துகொள்ளப் போவதாகக் கூறி அழுதுள்ளார். இனி தொடர்ந்து உங்களுக்கு ஜரிகை அனுப்புவேன் என்று இவருக்கு ஏற்பட்ட இழப்புக்கு ஈடு செய்வதாகக் கையடித்துச் சத்தியம் செய்துள்ளார். 'இப்போது போகிற இவர் இனி ஜரிகை அனுப்பமாட்டார்' என்று தெரிந்தாலும், அவர்மீது இரக்கங்கொண்டு, வழக்கைத் திரும்பப் பெற்றுக் கொள்கிறார். எம்.வி.வி. அனுமானித்த படியே சூரத்காரர் அதன் பின் சரிகை அனுப்பவில்லை. இந்த வழக்கின் இன்னொரு உப விளைவு, போன வியாபாரி இவர் சண்டை சச்சரவுக்காரர் என்று செய்தியைப் பரப்ப, பிற வியாபாரிகளிடமிருந்தும் இவருக்குச் சரக்கு வருவது குறைந்தது. ஆனால் கடைச் செலவுகளை யும், வீட்டுச் செலவுகளையும் இவரால் குறைக்க முடியவில்லை.

உச்சத்தில் இருந்த வியாபாரத்தை அப்போது கவனிக்காமல் விட்டதாலும், செலவுகள் மட்டும் பெரிதாகிக் கொண்டே வந்ததாலும் அது மிகப் பெரும் பொருள் இழப்பை அப்போது அவருக்கு ஏற்படுத்தியுள்ளது. ஒரு பக்கம் கொடுத்த கடன்களைக் கேட்கவில்லை. இன்னொரு பக்கம் துரோகத்தால் வழக்கால் முடங்கிய தொகைகள். இப்படி வியாபாரத்தில் நிதிச் சமநிலையின்மை ஏற்படுவதைக் கூட, அவர் கவனித்தும் கவனிக்காத ஒரு மனநிலையிலிருந்திருக்கிறார்.

பத்திரிகை நடத்திய முன் அனுபவம் இல்லாததால் அதிலும் குளறுபடிகள். 'தேனீ' பத்திரிகைக்காக பேப்பர்கூட வாங்கத் தெரியாமல் பேல் கணக்கில் ஆர்டர் கொடுக்க அது வீட்டில் வந்து இறங்கியுள்ளது. ஒரு நாள் அந்தப் பத்திரிகைக்காக பேப்பர் நறுக்க பேலை உருட்ட அது வாசல் வரை ஓடிப் பரந்து விரிந்து கிடந்திருக்கிறது. அந்த நேரத்தில் இவரிடம் ஜரிகை வாங்க வந்த ஒரு குஜராத் சேட் அந்த பேப்பரின் மேல் நடந்து இவரை வந்து அடைகிறார். 'இந்தப் பித்து உள்ள உன்னால் இனி வியாபாரம் சரியாகச் செய்ய முடியாது' என்று, அன்றே அவருடனான எல்லா வியாபார உறவுகளையும் முறித்துக் கொள்கிறார். இப்படிப் பல காரணங்களால், மெல்ல மெல்ல க்ஷீணமடைந்து முடிவுக்கு வருகிறது அவரது வியாபாரம்.

ஏற்றமும் சரிவும் மாறி மாறி நிகழ, இலக்கிய ஆசை அலைக்கழிக்க, பொருளாதார நெருக்கடிகள் முற்ற, இவற்றால் ஏற்பட்ட மன உளைச்சலால் வேறு வழியின்றி, சரிகைத் தொழிலைக் கைவிடுகிறார். அதன் பின்னான வறுமையும் மன அவசங்களும் அவரது வாழ்நாள் முழுக்க தொடர்ந்து வந்திருக்கிறன. போதாததற்கு குடும்பத்தில் ஏற்பட்ட பல்வேறு பிரச்னைகளும் சேர்ந்துகொள்ள இவர் தீவிரமான

நாத்திகராகவும் மாறுகிறார். புதிதாக வாங்கும் நூல்களில் "கடவுளை நம்பாதே. நண்பனை நம்பு" என்று முதல் பக்கத்தில் எழுதவும் தொடங்குகிறார். "விக்ரஹ வினாசகன்" என்ற புனைபெயரில் எழுத ஆரம்பிக்கிறார். நாத்திகராகவும் மிக மோசமான விரக்தியான மனநிலையிலும் இருக்கும்போது, திடீரென அவருக்கு, ஒருநாள் இரவில் ஒரு கனவு வருகிறது. கும்பகோணம் கும்பேசுவரர் கோயில் நுழைவாயிலில், பரிவார தேவதையாகக் கிழக்கு நோக்கி நிற்கும் தண்டாயுதபாணி சந்நிதிக்கு அருகில், காவிவேட்டி கட்டிக்கொண்டு, காவித்துண்டு போர்த்தியபடி ஒரு சாமியார் நிற்கிறார். கனிவுடன் இவரையே பார்க்கிறார். தோளுக்குக் கீழே புரளும் சடைமுடியும், மார்பைத் தழுவும் கருமையான தாடியும் உடைய அந்தச் சாமியார், 'வாப்பா' என்று அழைத்து, இவரைத் தன் வலக்கரத்தால் இவரது தோளை அணைத்துத் தழுவுகிறார். அந்த நேரத்தில் சாமியாரையும், இவரையும் சுற்றி, ஆணும் பெண்ணுமாக ஏழு குழந்தைகள் எங்கிருந்தோ ஓடிவந்து கைகோத்துக் கொண்டு கும்மி அடிப்பதுபோல் ஆடி ஆடிக் குதிக்கிறார்கள். சிறிது நேரத்தில் அவருக்கு விழிப்பு வந்துவிடுகிறது. விழித்துப்பார்த்தால் அன்று கார்த்திகைத் திருநாள். உடனேயே சுவாமிமலைக்குப் புறப்பட்டுச் சென்று முருகப் பெருமான் சந்நிதியில் கண்ணீர் மல்க வழிபட்டு, அன்று முதல் தீவிரமான முருகப் பக்தராகிறார். முருகனையே தனது ஆன்மிகக் குருவாக ஏற்றுச் சற்று நிம்மதி கொள்கிறார். அதை எல்லோரிடமும் பகிர்ந்துகொள்ளவும் செய்கிறார்.

பொதுவாக இப்படி அவருக்கு ஏராளமான கனவுகள் வரும். அதைப்பற்றி, "இரவோ பகலோ தூங்குகையில் எனக்கு நிறையக் கனவுகள் வருகின்றன. இறந்தவர்கள் மட்டுமல்ல... இருப்பவர்களும் சொப்பனங்களில் பங்குகொள்வார்கள். நவரசங்களும் அவற்றில் வழியும். யதார்த்தத்துக்கே ஓடி ஒளிகிற ஒரு சமுதாயத்தில் கனவுகளுக்கு செலாவணி ஏது...? எனக்கோ வாழ்க்கையின் ஒரு முக்கியப் பகுதி கனவுகள். என் கனவுகளின் மூலஸ்தானம் வாழ்க்கை." என்று சொல்லியுள்ளார்.

"சாண் ஏறினால் முழம் சறுக்கும்" என்பது போல, சூரத்காரர் மீது வழக்குப் போட்டதால், வியாபாரம் மங்கியிருந்த காலத்தில் 'மாருதி உபாசகர்' என்று சொல்லிக் கொண்டிருந்த ஒரு மந்திரவாதியின் தொடர்பு அப்போது இவருக்கு ஏற்பட்டுள்ளது. அந்த மந்திரவாதி இருந்த இடத்திலிருந்தே நெருப்பை அணைத்தல், பாம்பு தீண்டியவர்களை எழுப்புதல், தீராத வியாதிகளைத் தீர்த்து வைத்தல் போன்ற பல விந்தைகளைச் செய்து காட்டுபவராக இருந்துள்ளார். அந்த மந்திரவாதி வசியத்தால் இவரைக் கவர்ந்துள்ளார். இவரை ஆத்திகராக மாற்றிய,

கனவில் தோன்றிய அதே சாமியார் மீண்டும் இவரது கனவில் தோன்றி, "அந்த மந்திரவாதியிடம் போகாதே" என்று எச்சரிக்கிறார். ஆனால் எம்.வி.வி. அந்த வார்த்தைகளைக் கேட்க ஏதோ ஒரு மனத்திடமில்லாமல் அவரோடு தொடர்ந்து தொடர்பு கொண்டிருந்திருக்கிறார். பின்னாளில், அந்த மந்திரவாதிக்குக் கள்ள நோட்டுக்காரர்களோடு தொடர்பு இருந்ததை அறிந்து அதிர்ச்சியுடன் அவரிடமிருந்து எம்.வி.வி. விலகிக் கொள்கிறார்.

மீண்டும் ஆன்மிகத்தால், சற்று மன அவசம் நீங்கி, தொடர்ந்து சிறுகதைகள், நாவல்கள், நாடகங்கள், மொழிபெயர்ப்புகள் என எழுதிக் குவித்துக் கொண்டிருக்கும் வேளையில், தொழிலில் ஏற்பட்ட நஷ்டத்தை மறக்க, ஜாதிச் சங்க ஈடுபாடு, பட்டுக் கூட்டுறவுச் சங்கம் போன்றவற்றில் ஈடுபடுகிறார். கும்பகோணம், சௌராஷ்டிரா நடுத்தெருவில் கோல்கொண்டா நன்னய்யருக்குச் சொந்தமான கட்டிடத்தில் இயங்கிவந்த பட்டுக்கூட்டுறவு நெசவாளர் கடனுதவிச் சங்கத்தின் மதிப்புறு இயக்குநராக அவர் நியமிக்கப்பட்டார். பதவிக்கு வந்ததும் சுய ஆதாயமேதும் தேடாமல், நெசவாளர்களுக்குப் பயனுள்ள காரியங்களில் ஈடுபட்டு வந்திருக்கிறார். அந்த அனுபவத்தின் சில பகுதிகளை வேள்வித் தீ நாவலில் காண முடியும்.

அரசின் கொள்கை மாற்றங்கள், மனிதர்களின் சுயநல ஆசைகள் எல்லாம் சேர்ந்து சங்கத்தில் இவருக்குத் தெரியாமலேயே, பல கோளாறுகள் நடந்து சங்கம் மூடப்படுகிறது. இவரால் நஷ்டம் ஏதுமில்லை என்றாலும் அந்தக் காலத்தில் பி.ஏ. படித்த மதிப்புறு இயக்குனர் என்ற வகையில் இவரும் அதற்குப் பொறுப்பேற்கும்படி நேர்ந்து விடுகிறது. ஐம்பதுகளில் தன் மீதான பொய் வழக்கின் குற்றச்சாட்டுகளை அறிந்து (Emotional Shock) மிகுந்த உணர்ச்சிமயமான அதிர்ச்சியடைகிறார். கூட்டுச்சதி, கையாடல் போன்ற குற்றச்சாட்டுகளுக்கு இவரையும் சேர்த்துப் பொறுப்பாக்கி கோர்ட்டில் நிறுத்துகிறார்கள். ஏதோ எம்.வி.வி.யின் நற்காலம், செய்யாத அந்தக் குற்றங்களுக்காக அவர் சிறைக்குச் செல்லும் சூழல் ஏற்படவில்லை.

இந்த நீதிமன்ற அனுபவங்கள், வழக்கறிஞர்கள், நீதிபதிகளின் போக்கு எல்லாம் அவரது சில கதைகளில் நையாண்டியாக, வருத்தமாக, கேலியாக, விமர்சனமாக 'விவகாரமும் விவாகமும்', 'புரட்சிப் பெண்' போன்ற சில கதைகளில் வெளிப்பட்டுள்ளன. அவர் இருந்தபோது வெளிவராத இப்போது அச்சில் உள்ள அவரது நாவலான 'மீ காய் கெரு'விலும் பதிவாகி உள்ளன. நேர்ப் பேச்சில், "அவர்கள் எல்லாம் தங்களை கடவுளுக்கு மேலானவர்கள் போலவும் கோர்ட்டுக்கு வழக்காட வருபவர்கள் கொத்தடிமைகள் போலவுமான நினைப்பே அவர்களிடமிருந்தது" என்று சொல்லியிருக்கிறார். நீதிமன்றக் கட்டிட

வடிவமைப்பு, வழக்காடும் நடைமுறைகள், உடைகள் எல்லாமே காலனிய ஆதிக்கத்தின் சொச்சம் தான் என்று அவர் சொன்னது இன்றும் பொருத்தமாகவே இருக்கிறது.

எழுத்தில் தீராத மோகம் கொண்டு எழுதிக் குவித்த எம்.வி.வி., முதுகலை தமிழ் இலக்கியம் படித்த அவரது இரண்டாவது மகன் குருமூர்த்தி கதை எழுதியபோது கண்டித்து இனி எதுவும் எழுதக்கூடாது என்று தடுத்துவிட்டார். அது போல அவரது மூன்றாவது மகன் ஜெயக்குமார் எம்.டெக் படிக்கும்போது இருநூறு பக்கம் கொண்ட நாவலையே எழுதிவிட்டார். அதைப் படித்த பின்பு, “வேண்டாம்ப்பா இந்த வேலையெல்லாம், முதல்ல நீ நல்லா படிச்சி முடிச்சு லைஃப்ல செட்டில் ஆகணும்ப்பா” என்று சொல்லியுள்ளார். எழுத்தால் தான் பட்ட கஷ்டங்களை தன் பிள்ளைகள் ஒருபோதும் பட்டுவிடக்கூடாது என்று அந்தத் தந்தை மனம் பேதலித்துத் தவித்திருக்கிறது போலும்.

தனது சொந்த அப்பா அம்மாவால் அவரது தாய்மாமனுக்கு சிறுவயதிலேயே தத்து கொடுக்கப்பட்ட எம்.வி.வி. மாமாவை, அப்பா என்றும் அத்தையை, அம்மா என்றும் அழைக்க ஐந்து வயதில் நிர்ப்பந்திக்கப்படுகிறார். அவரது அத்தை, “இவ்வளவு செலவு பண்ணி உன்னை தத்து எடுத்தேனே அம்மா என்று கூப்பிட மாட்டேன் என்கிறாயே, அம்மா என்று கூப்பிடு” என்று சொல்லித் தண்டிக்கிறார். வாய், அம்மா என்றாலும் மனம் ஒட்டாமல் தத்தளிக்கிறார் எம்.வி.வி. அவரது மன அழுத்தத்தின் துவக்கப்புள்ளி இது என்று சொல்லலாம். அது தவிர, வேலையை விட்டது, பத்திரிகை நஷ்டம், வாழ்வில் ஏற்கனவே இருந்த பிரச்னைகள், எழுத்தால் வியாபாரமும் வருமானமும் போனதால் மனைவியோடும், இறந்தவை போக எஞ்சிய நான்கு ஆண் பிள்ளைகளும் மூன்று பெண் பிள்ளைகளும் கொண்ட பெரிய குடும்பத்தில் ஏற்பட்ட பொருளாதார நெருக்கடிகள், ஜாதிச் சங்கம், இவற்றோடு கூட்டுறவுச் சங்கத் தொழிலாளர் நலம் காக்க எனப் பொது வாழ்வில் ஈடுபட்டபோது, செய்யாத குற்றத்திற்காக கோர்ட்டில் நிறுத்தப்பட்டது, அதை வீட்டுக்குச் சொல்ல முடியாத நெருக்கடி எல்லாம் ஒன்று சேர்ந்து அவருக்கு ஒரு மெல்லிய மனப்பிறழ்வு ஏற்படுகிறது. காதில் அவருக்கு வினோத ஒலிகள் கேட்கத் தொடங்குகின்றன. நார்மலாக இருக்க முடியாமல், மிகுந்த அல்லலுறுகிறார். அவரது முருக பக்தி என்ற ஒரே ஆன்மிகப் பற்றுக் கோட்டைப் பிடித்துக்கொண்டு, அதற்கிடையே எழுதிக்கொண்டே யிருக்கிறார். கெட்ட காலத்தில் ஒரு நல்லகாலம் போல, இவர் வழக்கு இறுதிக் கட்டத்துக்கு டிஸ்ட்ரிக்ட் கோர்ட் வரும்போது, அந்தக் காலத்தில் மிகப்புகழ்பெற்ற பாரிஸ்டர் மோகன் குமாரமங்கலம் தனது பல்வேறு பணிகளுக்கும் மத்தியில் தஞ்சாவூருக்கு வந்து பணம் ஏதும் பெறாமல்

இவருக்காக வாதிட்டு, அந்த வழக்கில் இவர் குற்றமற்றவர் என விடுவிக்கப்படக் காரணமாக இருந்திருக்கிறார். ‘அப்பாடா’ என மிகுந்த மனக்கொந்தளிப்பிலிருந்து அப்போது அவர் விடுபட்டாலும், அதன் முழு அதிர்ச்சி அவருக்குள் ஏற்படுத்திய தாக்கம் குறையப் பல வருஷங்கள் ஆகின்றன. அதனால், காதில் கேட்கும் வினோத நாராச ஒலிகள் நிற்கவில்லை.

எம்.வி.வி. மேல் மிகுந்த அன்பு கொண்ட நண்பர் தி. ஜானகிராமன் அவரை குரு போல பாவித்தவர். ஆறுதலுக்காக அவரை நாடிச் செல்கிறார் எம்.வி.வி. ஜானகிராமன், எம்.வி.வி.யை அன்புடன் வரவேற்று, தன் வீட்டு மாடி அறையை ஒதுக்கிக் கொடுத்து, அவருக்கு வேண்டிய வசதிகளைச் செய்து கொடுத்தார். அப்போது எம்.வி.வி. தனக்கு ஏற்பட்டுக் கொண்டிருந்த அதீதமான அனுபவங்களை எல்லாம் அவரிடம் கூறியுள்ளார். எல்லாவற்றையும் கேட்ட ஜானகிராமன், எம்.வி.வி.யின் மனநிலையை மாற்றும் முயற்சியில் ஈடுபடுகிறார். அப்போது, ‘நீங்கள் கூறும் இந்த அனுபவங்களை எல்லாம் எழுதுங்கள்’ என்று அவர் அடிக்கடி எம்.வி.வி.யை நச்சரிக்கிறார். ஆனால் எம்.வி.வி.யோ, ‘எழுத உட்காராதபடி மனதில் குளறுபடி நடக்கிறது. எதுவும் எழுத முடியவில்லை. எழுதி எழுதிக் கிழித்துப் போட்டதுதான் மிச்சம்’ என்று கூறுகிறார். ஆனாலும், ஜானகிராமன் விடாமல், ‘உங்களால், முடியும், தயவு செய்து நம்பிக்கையோடு எழுதுங்கள் சார். இது உங்களுடைய வளர்ச்சியில் முக்கியமான கட்டம், இதில் கட்டாயம் உங்களுக்கு வெற்றி கிட்டும்’ என்று ஊக்கப்படுத்தியுள்ளார். அதற்கும் எம்.வி.வி., ‘எழுதி என்ன செய்வது? புராணக்கதை, புரியாத கதை என்பார்கள். நான் எழுதறது அச்சேறாது. என் விதி அப்படி’ என்கிறார். ஆனால் ஜானகிராமனோ, இவரை எப்படியாவது எழுத வைக்க வேண்டும் எனப் பெரும் முயற்சி செய்கிறார். அவர் நோய்க்கு அவரது எழுத்தையே மருந்தாக்க முயல்கிறார்.

அப்போது ஒரு நாள் நல்ல மழை பெய்து கொண்டிருந்தது. ஜானகிராமன் வீட்டு மாடியிலிருந்து மழையை இரசித்துக் கொண்டிருக்கிறார் எம்.வி.வி. அப்போது அவர் மனதில் முன்பு எப்போதோ நடந்த ஒரு நிகழ்ச்சி நிழலாடுகிறது. அதைக் கதையாக எழுதுகிறார் எம்.வி.வி. அந்தக் கதையை ஜானகிராமனுக்குப் படிக்கத் தருகிறார். “இந்தத் திறமையை வீணாக்குகிறீர்களே சார்?” என்று சொல்லி, அந்தக் கதையைக் கல்கிக்கு அனுப்ப அது ‘மழை’ என்ற பெயரில் வெளிவந்துள்ளது.

அவரது துயர் மிகுந்த அந்தக் காலகட்டத்தில், அவரைச் சில மாதங்கள் தங்க வைத்து போஷித்து ஆறுதல் சொல்லித் தேற்றி, அவரை முழுமையாக எழுத்தில் ஈடுபட வைத்து, வானொலிக்கும் மேடைக்கும் சில நாடகங்கள் எழுதச் சொல்லி, சகஸ்ரநாமத்தின் நாடகக் குழுவுக்கு நாடகம் எழுத வைத்து, மேலும் அவர் பிரச்சனைகள் தீர சில கோவில்களுக்கும், சில சாமியார்களிடமும் அழைத்துச் சென்று, தன்னால் இயன்ற மன ஹிதத்தையெல்லாம் அவருக்குத் தருகிறார் ஜானகிராமன். எல்லாவற்றையும் விட எம்.வி.வி.யைத் தன் மோகமுள் நாவலில் எழுத்தாளர் வெங்கட்ராம் என்ற பெயரில் பாத்திரமாக அமைத்தார். “பேசாமலேயே விழியால் நட்பைச் சுரக்கும் உள்ளம். என்னிடம் மட்டுமென்று இல்லை, எல்லோரிடமும் இப்படித்தான். எந்த மனிதனிடமும் வெறுப்போ கசப்போ தோன்றாத, தோன்ற முடியாத மனசு” என்று அந்தக் கதாபாத்திரத்தை விவரித்து இலக்கியத்தில் நிரந்தரப்படுத்தியுள்ளார்.

நண்பர் ஜானகிராமனிடம் கண்கலங்க விடைபெற்றுக் கொண்டு தீபாவளி யன்று கும்பகோணம் வந்தால், அங்கு குடும்பத்தின் பொருளாதார நிலை அவருக்குக் கடும் மன அவசத்தை ஏற்படுத்துகிறது. ஒரு பக்கம் அந்த ஒலிகளின் ஓலங்கள் வேறு ஒலித்துக் கொண்டிருக்கின்றன. ‘சரி, இனி பதிப்பகங்கள் கேட்பதையெல்லாம் எழுதிக் கொடுப்போம். அதன் மூலம், பணம் சம்பாதிக்கலாம்’ என்று தோன்ற, ஒரு நண்பரோடு மீண்டும் சென்னைக்குச் செல்கிறார்.

அப்போது தினமணியில் ஆசிரியர் குழுவைச் சேர்ந்த நீலமணியின் வீட்டில் தங்குகிறார். நீலமணி தம்பதிகள் இவருக்கு வேண்டிய எல்லா வசதிகளையும் செய்து கொடுத்துள்ளனர். இவர் நீலமணிக்கு மாதந் தோறும் பணம் தரும் விருந்தாளியாக (Paying guest) இருந்துள்ளார். அப்போதுதான் பழனியப்பா பிரதர்ஸ் பதிப்பகத்திற்காக, ‘நாட்டுக்கு உழைத்த நல்லவர்கள்’ வரிசையில் வாழ்க்கை வரலாற்று நூல்களை எழுதத் தொடங்கியுள்ளார். ஒருபக்கம் காதில் ஒலிகளின் இரைச்சல் இருந்துகொண்டேயிருக்க மறுபக்கம், ‘முருகன்’ என்னும் தெய்வம், ‘நான் காப்பாற்றுகிறேன் அஞ்சாதே’ என்று சொல்வது போலவும் இவர் மனத்தில் இரண்டு கூறுகள் இயங்கிக் கொண்டிருந்திருக்கின்றன. அந்த வரிசையில் ஏறத்தாழ நாற்பதுக்கு மேல் எழுதி விட்ட நேரத்தில், இதற்கு மேலும் இவரை எழுத விடாதபடி அந்த ஒலிகள் மிகுந்த துன்பங்கள் மனக் குழப்பத்தைத் தருகின்றன.

அவரது துன்பங்களிலிருந்து அவரை மீட்க எண்ணி ஜானகிராமன், சுதேசமித்திரனுக்காக மறுபடியும் ஒரு நாவல் எழுதித் தரும்படி கேட்கிறார்.

ஆனால், எம்.வி.வி.யோ, 'என்னால் இப்போது எதுவும் முடியாது. நானே என் நிலையில் இல்லை' என மறுக்கிறார். ஜானகிராமன் மிகவும் பிடிவாதத்தோடு, 'நீங்கள் எழுதித்தான் தீரவேண்டும்' என்று கூறி, எம்.வி.வி.யின் பதிலுக்குக் காத்திராமல் அவரே உரிமையோடு சுதேசமித்திரனில் விளம்பரமும் கொடுத்துவிட்டார். இதற்கு மேலும் ஒன்றும் செய்ய முடியாத நிலையில் ஜானகிராமனின் அன்பிற்குப் பணிந்து எம்.வி.வி. 'அரும்பு' என்ற நாவலை, சுதேசமித்திரனில் தொடர்கதையாக எழுதத் தொடங்கியுள்ளார். அவர் மனத்தை இரு கூறாக ஆக்ரமித்திருந்த நாராச ஒலிகள் மற்றும் முருகன் என்ற நல்ல சக்தி ஆகிய இந்த இரண்டில், 'முருகன் என்ற சக்திதான் அரும்பு என்று நாவல் எழுதுவதற்கு எனக்குத் துணை புரிந்தது' என்று எம்.வி.வி. கூறியுள்ளார். மீண்டும் சென்னையை விட்டுப் புறப்பட்டு கும்பகோணம் வருகிறார். குடந்தையில் இருந்தபடியே, 'அரும்பு' தொடர்கதையை அனுப்பி வந்தார். இதற்குப்பின் 'இலக்கிய வட்டம்' என்ற அமைப்பிற்காக, சௌராஷ்டிர சமூகத்தை மையமாக வைத்து 'வேள்வித்தீ' என்ற சமூக நாவலை 1967-இல் எழுதிக் கொடுத்தார்.

ஆனந்தவிகடன் வார இதழ் அந்தக்காலத்தில் சிறுகதைப் போட்டியை நடத்தி வந்துள்ளது. அந்த முத்திரைக் கதை வரிசையில் எம்.வி.வி.யின் 'பைத்தியக்காரப் பிள்ளை' என்ற சிறுகதை ரூ.501/- பரிசுத் தொகையைப் பெற்றுள்ளது. இது 'முத்திரைக் கதை' என்று ஆனந்தவிகடனில் 1972-ஆம் ஆண்டு மே.7 தேதியிட்ட இதழில் வெளியாகியுள்ளது.

இன்னொரு முக்கியமான விஷயம் எம்.வி.வி. அவர்கள் சிறந்த பேச்சாளரும் கூட. பல இலக்கியக் கூட்டங்களுக்குச் சென்று பேசியிருக்கிறார். திருச்சி வானொலியிலும், சென்னை வானொலியிலும் இலக்கிய உரைகள் நிகழ்த்தியுள்ளார். 1981-ஆம் ஆண்டு, 'மயிலாடுதுறை தெய்வத் தமிழ் மன்றம்' என்ற அமைப்பில், சிறுகதை நூற்றாண்டு விழாவில் சிறுகதைகளின் நவீனப் போக்கு குறித்து அவர் பேசியது அப்போது, பேராசிரியர்களால் பரபரப்பாகப் பேசப்பட்டது. தஞ்சைத் தமிழ்ப் பல்கலைக்கழகத்திலும், கும்பகோணம் கும்பேஸ்வரன் கோவில் வடக்கு வீதி மங்களாம்பாள் திருமண மண்டபத்தில் விட்டு விட்டு வாரம் தோறும் நடந்த 'இலக்கியச் சந்திப்பு' கூட்டங்களிலும் அவ்வப்போது கல்லூரிகளிலும் கும்பகோணம் காந்திபார்க் எதிரே உள்ள ஜனரஞ்சனி ஹாலிலும் அதே இடத்திலிருந்த சாது சேஷய்யா நூலகத்திலும் பேட்டை நாணயக்காரச் செட்டித் தெரு சிவகுருநாதன் செந்தமிழ் நூலகத்திலும் ராமசாமி கோவில் வளாகத்தில் நடக்கும் இலக்கியக் கூட்டத்திலும் எனச் சில சிறு சிறு இலக்கியக் கூட்டங்களிலும் கலந்துகொண்டு பல

முறை உரையாற்றி இருக்கிறார். 11.07.86 அன்று தஞ்சையில், 'சும்மா இலக்கியக் கும்பல்' என்ற அமைப்பில், 'நானும் என்னுடைய எழுத்துகளும்' என்ற தலைப்பின் கீழ் இரண்டு மணி நேரத்துக்கு மேல் பல விஷயங்களைப் பேசினார். அதுவே இந்தக் கட்டுரையின் ஆதார ஸ்ருதி. இந்த உரையின் சிறு பகுதி ஜனவரி 1987இல், 'எழுத்து, வாழ்க்கை, நான்' என்ற தலைப்பில் 'இனி' என்ற இதழில் வெளிவந்தது.

எம்.வி.வி.யின் கலவையான வினோதமான வாழ்க்கை அனுபவங்கள் தமிழில் இதுவரை எந்த எழுத்தாளனுக்கும் கிடையாது என்று சொல்லிவிடலாம். காங்கிரஸ் கட்சியில் சேர்ந்து கவுன்சிலர் பதவிக்கு நின்று தோற்றது ஒரு நேரம், பல பெண்களாலும் காதலிக்கப்பட்ட வசீகரனாக இருந்தது ஒரு காலம், செத்த தன் குழந்தையை காசில்லாத காரணத்தால் வீட்டுப் பின்பக்கமே வெட்டியானாய் மாறிக் குழிவெட்டிப் புதைத்தது ஒரு காலம், இதற்கெல்லாம் மத்தியில் 904 என்ற எட்டு பேர் ஆடும் சீட்டாட்டம் ஆடிக் களித்தது... "இந்த அனுபவங்களும் கூட இல்லாவிட்டால் எழுத்தைத் தவிர என்னதான் மிஞ்சியிருக்கும் என் வாழ்வில்" என்பார் எம்.வி.வி.

விதவிதமான இந்த அனுபவங்களும் வாசிப்பும்தான் அவர் எழுத்துக்கான கச்சாப்பொருள்களாக மாறுகின்றன. "எப்படி சார் எந்தப் பிரச்சனை வந்தாலும் தாங்கறீங்க" என்று அவரிடம் ஒரு முறை கேட்டேன். "ஒரு பிரச்சனைக்கு எத்தனை விதமான நல்ல அல்லது கெட்ட முடிவுகள் இருக்கலாம்னு நான் என் கற்பனையிலயே எல்லாத்தையும் நினைச்சுப் பாத்திருவேன். அதுனால என்ன நடந்தாலும் அது எனக்குப் புதுசு இல்ல... ஏற்கனவே நினைச்சதுதான். ரொம்ப ரேரா சில சமயம் அது மாறும். அதுக்கு நாம ஒண்ணும் செய்ய முடியாது" என்றார்.

இலக்கியத் தளத்தில் தமிழ் எழுத்தாளர்கள் செய்திராத சில சோதனை முயற்சிகளை அவர் செய்து பார்த்திருக்கிறார். அவர் இலக்கியத்தில் இயங்கிய 64 வருஷங்களில் கிட்டத்தட்ட 20 ஆண்டுகாலம் காதுகளில் கேட்கும் நாராச ஒலிகளால் பாதிக்கப்படுகிறார். பின்னாளில் அதையே படைப்பாகவும் மாற்றுகிறார். வறுமையோடும், நோயின் உபத்திரவங்களோடும் முழு நேர எழுத்தாளனாக இயங்கி, அவர் தமிழுக்குத் தந்த பங்களிப்புகள் கணிசமானவை. பலவிதத் துன்பங்கள் இருக்கும்போதும் அவர் பல்வேறு இதழ்களிலும் தொடர்ந்து எழுதிக் கொண்டே இருந்துள்ளார். அவர் எழுதிய இதழ்களில் முக்கியமானவை மணிக்கொடி, 'தேனீ', பாலம், கலைமகள், குமுதம், ஆனந்த விகடன், சுதேசமித்திரன், கல்கி, ஹனுமான், பிரபஞ்ச ஜோதி (ஆசிரியர்: வெ. சாமிநாத சர்மா) கணையாழி, தீபம், காதல், கலாவல்லி, அஜந்தா,

சிவாஜி, கலாமோகினி, தினசரி, கிராம ஊழியன், சக்தி, அமுதசுரபி, குமுதம், மாலைமதி, எழுத்து, இலக்கிய வட்டம், நட்புறவுப் பாலம், எழுச்சி, இனி, தினமணிக் கதிர். இதில் "சுதேசமித்திரன் என் தாய்வீடு" என்று சொல்லியிருக்கிறார் எம்.வி.வி.

இவர் எழுதியுள்ள நூல்களை,

1. சிறுகதைகள்
2. நாவல்கள்
3. மொழிபெயர்ப்பு நூல்கள்
4. தழுவல் நூல்கள்
5. வாழ்க்கை வரலாற்று நூல்கள்
6. கவிதைகள்
7. அரசியல் பொருளாதார நூல்கள்
8. நாடகங்கள்
9. கட்டுரைகள்

என இப்படி வகைப்படுத்தலாம்.

'எம்.வி.வி.யின் அரும்பு - ஓர் அறிமுகம்' எம். மாசிலாமணியால் (1980) எம்.ஃபில். பட்டத்திற்கும், 'எம்.வி. வெங்கட்ராம் நாவல்கள் - ஓர் ஆய்வு' என்னும் தலைப்பில் சொ. இரா. கிருஷ்ணமாச்சாரியால் (1982) எம்.ஃபில். பட்டத்திற்கும் மேற்கொள்ளப்பட்டுள்ளன. கோவை தமிழாசிரியர் க.பெ. செந்தில் வேலுவால் 'எம்.வி. வெங்கட்ராம் - ஓர் அறிமுகம்' என்ற தலைப்பில் (1987) முதுகலை தமிழ் ஆய்வாகப் பாரதிதாசன் பல்கலைக் கழகத்துக்காக முதுகலைப் பாடத்திட்டத்தின் திட்ட ஆய்வுக் கட்டுரையாகவும், பேராசிரியர் ச. மணியால் முனைவர் பட்டத்திற்காக 'எம்.வி. வெங்கட்ராம் நாவல்களில் பாத்திரப் படைப்புத்திறன் - ஓர் ஆய்வு' (1995) என்ற தலைப்பில் பாரதிதாசன் பல்கலைக் கழகத்திற்காகவும் எம்.வி.வி.யின் படைப்புகள் ஆய்வு செய்யப்பட்டுள்ளன. இவை தவிரவும் இன்னும் சில ஆய்வுகள் அவர் படைப்புகள் குறித்து மேற்கொள்ளப்பட்டுள்ளன.

தமிழின் நவீன இலக்கியம் மறுமலர்ச்சி கொண்ட காலம் ந. பிச்சமூர்த்தி, கு.ப.ரா., மௌனி போன்றவர்கள் இயங்கிய காலம். அந்தக் காலத்தில் அவர்களைவிட இளையவரான எம்.வி.வி., அவர்களோடு பழகி இயங்கி, தன்னையும் அவர்களுக்குச் சமமான இலக்கிய ஆளுமையாகத் தன் படைப்புகளின் மூலம் நிறுவியிருக்கிறார்.

ஒரு புதிய வாசகன் இன்று அவர் படைப்புகளை வாசிக்க நேரும்போது, அவரது பல படைப்புகள் காலத்தின் களிம்பு ஏறாமல்,

இன்றும் புதியவையாகத் தோற்றம் தருவதை அவன் உணர்ந்துகொள்ள முடியும். அதற்கான வீரியத்தை அவர் படைப்புகள் கொண்டிருக்கின்றன. இதுவே அவருடைய படைப்பின் வெற்றி.

இந்தப் படைப்பின் வெற்றியெல்லாம் லௌகீக உலகில் இயங்கும் பெண்களால் ஏற்றுக் கொள்ளப்படுவது சாத்தியமே இல்லை. வீட்டில் பசி என்று எந்த ஜீவன் அமர்ந்தாலும் அவள்தான் சாதத்தைத் தட்டில் வைத்துத் தீர வேண்டியிருக்கிறது. அதற்கு அவள் எவ்வளவோ பாடுபட வேண்டியிருக்கிறது. கற்பனை ஜரிகைகள் கல்யாணத்துக்கு ஆகும். நித்தப்படிக்கு வாயில்புடவை வேண்டியிருக்கிறதே. "எனக்கு என்னங்க இதுல... சொல்லுங்க. இது எதும் வீட்டுக்காகுங்களா, எழுதறதுல்லாம் ஒரு பொழைப்புங்களா?" என்று எம்.வி.வி.யின் மனைவி திருமதி ருக்மணியம்மாள் தஞ்சை ப்ரகாஷ்க்கு அளித்த ஒரு நேர்காணலில் சலித்துக் கொண்டார். அவ்வளவு சலிப்பிக்கிடையேயும் இறந்தவை போக எஞ்சிய (நான் முன்னுரையில் குறிப்பிட்டுள்ள) அந்த ஏழு குழந்தைகளுக்காகவும் மனம் சோராது தானும் தன் பங்குக்கு உழைத்து அந்தக் குடும்பத்தை மேலுக்குக் கொண்டுவந்தார் திருமதி. ருக்மணியம்மாள். பட்டாடை நெய்யும் சௌராஷ்டிரர்கள் சமூகத்தில் எம்.வி.வி. பிறந்திருந்தாலும், அவரது வாழ்வில் பட்டின் மினுமினுப்பு ஒரு போதும் இருந்ததில்லை; அவரது பதின்பருவத்தின் சில வருஷங்கள் தவிர.

ஒரு முறை நான் எம்.வி.வி.க்கு திரு. சி.எஸ். ஜெயராமன் குரலில் அவர் பாடிய பாடல் ஒன்றைப் பாடிக்காட்டிக் கொண்டிருந்தபோது, அம்மா வந்தார். "அந்தத் துன்பத்தைன்னு ஒரு வரி பாடினியே... அத மறுபடி பாடு" என்று, பாடல்களை அப்படி விரும்பிக் கேட்காத அவர்கள் கேட்டார்கள்; பாடினேன். "அந்த லைன் இருக்கு பாரு. அது அப்படியே ஒப்பாருக்கு பொருந்தும்" என்று சொல்லிவிட்டு கிடுகிடு என வாசலுக்குப் போய்விட்டார்கள். அந்தப் பாடல் சிவாஜி, பத்மினி நடித்த தங்கப் பதுமையில் வரும் 'கொடுத்தவனே பறித்துக்கொண்டான்டி' என்ற பாடல். அதில் அவர் சொன்ன அந்தப் பாடல் வரிகள் இவைதான். "துன்பத்தைக் கட்டிச் சுமக்கத் துணிந்தவன் சொன்னாலும் கேட்பானோ ஞானப்பெண்ணே. சொன்னாலும் கேட்பானோ ஞானப்பெண்ணே." அந்த முழுப்பாடல் கீழ் வருமாறு.

"அத்தான் நீங்கள் கொலைகாரரா
கொற்றவனைக் கொன்றீர்களா
கூறுங்கள் அத்தான் கூறுங்கள்

ஈடற்ற பத்தினியின் இன்பத்தைக் கொன்றவன் நான்
அவள் இதயத்தில் கொந்தளித்த
எண்ணத்தைக் கொன்றவன் நான்
வாழத் தகுந்தவளை வாழாமல் வைத்துவிட்டு
பாழும் பரத்தையினால் பண்புதனைக் கொன்றவன் நான்
அந்தக் கொலைகளுக்கே ஆளாய் இருந்துவிட்டேன்
இனி எந்தக் கொலை செய்தாலும்
என்னடி என் ஞானப்பெண்ணே... ஏ...
என்னடி என் ஞானப்பெண்ணே

ஆரம்பம் ஆவது பெண்ணுக்குள்ளே
அவன் ஆடி அடங்குவது மண்ணுக்குள்ளே
மனிதன் ஆரம்பம் ஆவது பெண்ணுக்குள்ளே
அவன் ஆடி அடங்குவது மண்ணுக்குள்ளே
ஆராய்ந்து பார் மனக் கண்ணுக்குள்ளே
ஆத்திரங் கொள்ளாதே நெஞ்சுக்குள்ளே

அத்தான் அத்தான்
உங்கள் மீது கொடும் பழி வந்திருக்கிறதே அத்தான்
என் மீது உண்மையாக அன்பிருந்தால்
அஞ்சாமல் உண்மையைச் சொல்லுங்கள்
யாருக்கும் அஞ்சாமல் உண்மையைச் சொல்லுங்கள்

அன்பைக் கெடுத்து நல் ஆசையைக் கொன்றவன்
அஞ்சி நடப்பானா ஞானப் பெண்ணே...ஏ...
அஞ்சி நடப்பானா ஞானப் பெண்ணே...ஏ...
துன்பத்தைக் கட்டிச் சுமக்கத் துணிந்தவன்
சொன்னாலும் கேட்பானோ ஞானப் பெண்ணே
சொன்னாலும் கேட்பானோ ஞானப் பெண்ணே

ஆரம்பம் ஆவது
மனிதன் ஆரம்பம் ஆவது பெண்ணுக்குள்ளே
அவன் ஆடி அடங்குவது மண்ணுக்குள்ளே

அத்தான் உண்மையைக் கூற முடியாதபடி
அவ்வளவு பெரிய தவறு என்ன செய்து விட்டீர்கள்

தவறுக்கும் தவறான தவறைப் புரிந்துவிட்டு
தனிப்பட்டுப் போனவன் ஞானப்பெண்ணே... ஏ...
தனிப்பட்டுப் போனவன் ஞானப்பெண்ணே

பதறிப் பதறி நின்று கதறிக் கதறிப் புலம்பினாலும்
பயன்பட்டு வருவானோ ஞானப்பெண்ணே
பயன்பட்டு வருவானோ ஞானப்பெண்ணே
ஆரம்பம் ஆவது மனிதன் ஆரம்பம் ஆவது பெண்ணுக்குள்ளே
அவன் ஆடி அடங்குவது மண்ணுக்குள்ளே”

இப்போது நினைத்துப் பார்த்தால், பட்டுக்கோட்டை கல்யாண சுந்தரம் எழுதிய இந்தப் பாடலின் பல வரிகள் எம்.வி.விக்கு பொருந்தக் கூடியவை என்று தோன்றுகிறது. திருமதி ருக்மணியம்மாள் பட்ட பாடுதான் அவரை அப்படிச் சொல்ல வைத்திருக்க வேண்டும்.

அத்தனை பவுனையும், வெள்ளியையும் சீரையும் கொண்டு வந்த திருமதி ருக்மணியம்மாள், நான் பார்க்கும் போதெல்லாம் தினமும் கோறா சுற்றியபடியே இருப்பார்கள். எங்களுடனான சம்பாஷணைகளும் பெரும்பாலும் அந்த வேலையோடுதான். பாவு தரும் பட்டுப்புடவை தயாரிப்பவர்கள் ஒற்றை இழை நூலாய் கேட்டால், ஒரு ஜோடி தாப்பாக் கட்டையில் சுற்றிய பாவை திருவட்டத்தில் கையால் உருட்டிக்கொண்டே இருப்பார்கள். இரட்டை இழை, மூன்று இழை என்று கேட்டால் ராட்டையில் சுற்றுவார்கள். திருவட்டம் உருட்டியும், ராட்டை சுற்றியும் தன் பங்குக்கு ஒரு நாளுக்கு ஆறு மணி நேரம் உழைத்து சம்பாதித்ததோடு மட்டுமல்லாமல், வீட்டு வேலைகள் அத்தனையும் தனி ஒரு மனுஷியாய்ப் பார்த்துக்கொண்டு இத்தனை பிள்ளைகளின் முன்னேற்றத்துக்கு அவர்களும் ஒரு காரணமாக இருந்தார்கள். ஒரு கிலோ பாவை இழை பிரித்து உருட்ட மூன்று நாள் ஆகும். ஒரு கிலோவுக்கு அப்போது அதற்கு ஒன்பது ரூபாய்தான் கூலி. அவர்களும் உழைக்கத் தயங்காத மனசில் பட்டதை வெளிப்படுத்தத் தயங்காத ஒரு போராட்டக்காரப் பெண்மணிதான்.

எவ்வளவோ மனஸ்தாபங்கள் சண்டைகள், பொருளாதாரப் பிரச்சனைகள் இருந்தபோதும், அம்மா எம்.வி.வி.க்கு செய்கிற பணிவிடைகளில் சவரஷ்ணைகளில் ஒரு நாளும் குறை வைத்ததில்லை. கோபம் வந்தால், சத்தம் போடுவார்கள். அவ்வளவுதான். ஆனால், எல்லாவற்றுக்குப் பின்பும் அம்மாவுக்கு அவர் மீது வைத்திருந்த ப்ரியம் ஒரு நாளும் குறைந்ததே இல்லை. ஒரே ஒரு சம்பவம் சொல்கிறேன்.

எம்.வி.வி. தினமும் ஷேவ் செய்கிற பழக்கம் உள்ளவர். ஷேவ் செய்த பின், அதன் மேல் டால்கம் பவுடர் தடவி, குங்குமம் வைத்து, திருநீறு பூசி வெள்ளை வேட்டி, கை வைத்த வெள்ளை பனியனோடுதான் சாதாரணமாகவே வீட்டில் இருப்பார். தினமும் தன்னை தான் கண்ணாடியில் பார்க்கவே எப்போதும் நீட்டாக இருக்க வேண்டுமென்று

சொல்லுவார். கடைசி இரு வருஷங்களில் அவருக்கு கண் பார்வை போய்விட்டது. அப்போது அம்மாதான் அவர் கன்னங்களுக்கு தண்ணீர் தடவி, ரவுண்ட் கோத்ராஜ் சோப்பை பிரஷ்ஷில் குழைத்து, அந்த சோப்பு நுரை -மூக்கில், உதடுகள் காதுகள் மேல் படாமல், கீறலோ வலியோ இல்லாமல், மெதுவாக நேரம் எடுத்து ஷேவ் செய்து விடுவார். ஒரு நாள் காலையில் முதல் முதலாக இந்தக் காட்சியை கண்ட தேனுகா அவர் இரண்டாவது மகன் குருமூர்த்தியிடம் சொன்ன வார்த்தை இதுதான். “ச்சே. என்ன மனுஷிங்க இவங்க.”

தொண்ணூற்றியோராம் ஆண்டின் இறுதியில், கரிச்சான்குஞ்சு மற்றும் எம்.வி.வி. ஆகியோரது புத்தகங்களே இப்போது அச்சில் இல்லாமல் இருக்கிறது... அவற்றை நாம் கொண்டு வர எதாவது ஏற்பாடு செய்ய வேண்டுமென்றும் அவர்களுக்காக கருத்தரங்குகள் நடந்த வேண்டுமென்றும் சந்திக்கும்போதெல்லாம் நானும் தேனுகாவும் பேசிப் பேசித் திட்டமிட்டுக்கொண்டே இருந்தோம். அப்போது தொண்ணூற்றி இரண்டில் திடீரென கரிச்சான்குஞ்சு இறந்து விட்டார். பதற்றமாக இருந்தது. ஏதோ செய்யத் தவறிவிட்டோம் என்பது போலான ஒரு மனச்சங்கடம். உடனே கரிச்சான்குஞ்சுவின் வெளிவராத ‘காலத்தின் குரல்’ என்ற சிறு புத்தகத்தை நண்பர் ‘புதிய நம்பிக்கை’ பொன் விஜயன் மூலமாக வெளிக்கொண்டு வந்தோம். கரிச்சான்குஞ்சுவுக்காக கருத்தரங்கம் நடத்த முடியாத நாங்கள், அவரது இரங்கல் கூட்டத்தை நடத்தினோம். அப்போது அவர் படத்தைத் திறந்து வைத்து அப்புத்தகத்தையும் வெளியிட்டார் எம்.வி.வி.

கும்பகோணம் காந்தி பூங்கா எதிரில் உள்ள ஜனரஞ்சனி ஹாலின் கீழ்ப்புற சிறிய அரங்கில் அந்தக் கூட்டம் நடைபெற்றது. அந்த நாளின் மதியத்தில் எம்.வி.வி.யின் படைப்புலகம் பற்றிய கருத்தரங்கையும் நடத்தினோம். எழுத்தாளர்கள் அசோகமித்திரன், கோவை ஞானி, கோமல்சாமிநாதன், ம.ராஜேந்திரன், மாலன், ப்ரகாஷ், மார்க்ஸ் போன்ற எழுத்தாளர்கள் அதில் கலந்து கொண்டு சிறப்பித்தனர்.

எம்.வி.வி. அந்தக் கூட்டத்தில் பேசிய இறுதி உரையின் கடைசி வரிகள் ரொம்பவும் நெகிழ்வானவை; “நான் கல்லாப்பெட்டியை மூடிவிட்டேன். விளக்கையும் அணைத்தாயிற்று. என் கடையைக் கட்டிப் பூட்டி விட்டேன். சூடமும் கொளுத்தியாகி விட்டது. அதுவும் கொஞ்ச நேரத்தில் அணையும். இப்போது நான் என் குருநாதனின் (அதாவது முருகனின்) சொல்லுக்குக் காத்திருக்கிறேன்.” அதாவது இரண்டாயிரம் ஆண்டு நிகழப் போகிற தன் மரணத்திற்கு, கிட்டத்தட்ட அவர் தொண்ணூற்றிரண்டிலேயே தயாரான ஒரு மனநிலையில் இருந்தார்.

அவரது இந்த வார்த்தைகள் இவரது புத்தகங்களையும் தாமதமில்லாது உடனே கொண்டு வந்து விட வேண்டுமென எங்களைத் தூண்டியது.

1983க்கு பின் அவர் ஏதும் கைப்பட எழுதவில்லை. கடைசியாய் அவர் எழுதி அப்போது வெளிவராத அவரின் 'காதுகள்' நாவலின் கையெழுத்துப் பிரதி சிதம்பரம் மணிவாசகர் பதிப்பகத்தில் ஏழாண்டுகள் ஆக இருந்து கடைசியில் காணாமலே போய்விட்டது. எங்களுக்கும், எம்.வி.வி.க்கும் மிகச்சிறந்த நண்பராக இருந்த ஆசிரியர் கலியமூர்த்தியும், நானும் சிதம்பரம் மணிவாசகர் பதிப்பகத்திற்குச் சென்று தங்கியிருந்து சலியாமல் தேடி அதைக் கண்டுபிடித்தோம். அந்த அனுபவத்தையே தனியே ஒரு சிறுகதையாக எழுதலாம். அதனை நான் அன்னம் பதிப்பகம் அண்ணன் மீராவிடம் கொண்டு போய்ச் சேர்த்தேன். அவரும் ஆறுமாத காலத்துக்குப் பின் அதைப் படித்துப் பார்த்து அதன் தரமும் மேன்மையும் உணர்ந்து அதனை வெளியிட்டார். அந்நாவலுக்கான பொருத்தமான ஜாக்ஸன் போலக்கின் ஓவியத்தை அட்டைப்படமாக வடிவமைத்துத் தந்தார் தேனுகா. எங்களுக்கு இதெல்லாம் சந்தோஷமான காரியங்களாக இருந்தன.

சவுத் ஏஷியன் பதிப்பகம் வழியாக 'என் இலக்கிய நண்பர்கள்' - என்ற எம்.வி.வி.யின் கட்டுரைத் தொகுதியைக் கொண்டு வந்தோம். அதன் முன்னுரையில் கூட எங்களைப் பற்றிக் குறிப்பிட்டிருந்தார் எம்.வி.வி.

கரிச்சான்குஞ்சு கவனிக்கப்படாதது போன்றதான ஒரு விஷயம் எம்.வி.வி.க்கு முழுவதுமாக நேர்ந்து விடவில்லை. "என்னய்யா இந்த ஊரே இப்படிக் கொண்டாடுதேய்யா அவரை" என்று லா.ச.ரா. குறிப்பிடும்படி ஆனது அந்திமக்காலத் தொண்ணூறுகளில் அவர் மீது குவிந்த கவனம்.

தேனீக்குப் பின் எம்.வி.வி. கௌரவ ஆசிரியராக இருந்தது பாலம் இதழுக்குத்தான். தஞ்சை பிரகாஷ் எழுபதுகளில் பாலம் இதழைத் துவக்கினார். 'பள்ளிக்கூட அட்லாஸ்' அளவில் பெரிய வடிவம் கொண்ட பத்திரிகையாக இது வெளியானது. ரூ 2. என்ற விலையில் 56 பக்கங்களில் வெளியானது.

"பாலத்தின் முதல் நோக்கமும் முப்பத்திரண்டாவது நோக்கமும் இலக்கியமே. அதைச் செய்யும் இதைச் செய்யும் என்று சொல்லில் சொல்ல ஒன்றுமில்லை. நமக்கு இறந்த காலம் தெரியும். லட்சியங்களின் கண்கூசும் ஒளியும் நமக்குப் பழக்கமே. நிகழ்காலத்தின் அலுப்பும், வறட்சியும் எதிர்காலத்தின் ஒட்டாத் தன்மையும் எட்டாத் தன்மைகளையும்

நாம் அறிந்தே இந்தப் பாலத்தில் வந்து நிற்கிறோம். செயலுக்கு உதவும் கரங்கள் போதும். ஆரவாரமில்லாமல் பாலம் தொடரும்" என்று பிரகாஷ் அப்போது அறிவித்தார். அதில் எழுதத் துவங்கிய நாவலே 'காதுகள்'.

காதுகள் நாவலுக்கு 1993இல் சாகித்திய அகாதெமி பரிசு கிடைத்த பின், அதற்காக 20.1.1994 வியாழன் மாலை ஆறுமணிக்கு சென்னை ஆழ்வார்பேட்டை டி.டி.கே. சாலை, சீனிவாச காந்தி நிலையத்தில் 'சுபமங்களா' இதழ் சார்பில் ஒரு பாராட்டு விழா நடந்தது. கூட்டத்துக்கு சிட்டி தலைமையேற்க, எழுத்தாளர்கள் வல்லிக்கண்ணன், மா. அரங்கநாதன், அசோகமித்திரன், ஞானக்கூத்தன், விட்டல்ராவ், கோமல் சுவாமிநாதன் என இவ்வளவு பேரும் பேசினர். மேலும் எழுத்தாளர்கள் கஸ்தூரி ரங்கன், ஜெயகாந்தன், கந்தசாமி, வண்ணநிலவன், ஆ. இரா. வேங்கடாசலபதி ஆகியோர் பார்வையாளராக அமர்ந்திருந்தனர்.

இது தவிர கும்பகோணத்தில் அப்போது எம்.பி.யாக இருந்த மணிஷங்கர அய்யர், நகர மேல் நிலைப்பள்ளியின் தாசரதி கலையரங்கில் அவருக்குப் பொதுமக்கள் முன்னிலையில் மாபெரும் மாலை, மலர்க்கிரீடம், உண்மையிலேயே பொன்னாடை எல்லாம் அணிவித்து ஒரு பெரும் பாராட்டுவிழா நடத்தினார். அதில் அவரை யானையில் அழைத்துவர மணிஷங்கரய்யர் அவரிடம் அனுமதி கேட்டார். "அதுக்கான வயச கடந்துட்டேன். மீறி ஏத்தினிங்கன்னா யானை மட்டும்தான் விழாவுக்கு வரும்" என்றார். அதற்குப் பின் பரிசு பெற்றமைக்காகச் சில பாராட்டு விழாக்கள் கும்பகோணத்தில், மாயவரத்தில், தஞ்சாவூரில், மதுரையில் நடைபெற்றன. அதில் கும்பகோணத்தில் சௌராஷ்டிர சங்கம் ஏற்பாடு செய்த விழாவும் ஒன்று.

காதுகள் நாவல் தூர்தர்ஷனுக்காக தொலைக்காட்சித் தொடராக எனது நண்பர்கள் ஜே.டி., ஜெர்ரி இரட்டை இயக்குனர்களால் அவர் இருக்கும்போதே இயக்கப்பட்டு வெளி வந்தது. அந்தத் தொடருக்கு அவர் அனுமதி தந்ததற்காக நண்பர்கள் ஜேடி ஜெர்ரி இருவரும் அவருக்கு ஒரு லட்ச ரூபாய் தந்தார்கள். ஒரு படைப்புக்காக தம் வாழ்நாளில் அவர் பெற்ற பெரிய தொகை அது ஒன்றுதான். அவரது அதே காதுகள் நாவல் சென்ற ஆண்டு ஒலிப்புத்தகமாக வெளிவந்துள்ளது. அதில் நானே குரல்நடிப்பு செய்து பதிவு செய்து தந்திருக்கிறேன்.

காதுகள் நாவல் அவரது சுய சரிதையின் ஒரு பகுதி. அதன் கதாநாயகன் மகாலிங்கம் அவரே. அவரது அந்த நாவலைப் படிக்கையில் எம்.வி.வி. குறித்து மேலும் சில விஷயங்களைத் தெரிந்துகொள்ள முடியும். அது அவரது படைப்புகளை முழுதும் உள்வாங்க ஏதுவாகவும் அமையும்.

அந்த நாவலை பல எழுத்தாளர்களால்கூடச் சரியாகப் புரிந்து கொள்ள இயலவில்லை என்று சொல்லியிருக்கிறார்கள். இது ஒரு ஆடிட்ரி ஹாலுசினேஷன் சார்ந்த நாவல் என்று மருத்துவர்கள் வகைப்படுத்தி அதுபற்றிய விஷயங்களைச் சொன்ன பிறகே அந்த நாவல் குறித்து பலருக்கும் புரிந்தது.

அவரது இறுதிக் காலங்களில் எழுத்தாளர்களையும், கலைஞர்களையும் சந்திக்க ஏங்கியவாறே இருந்தார். அதை உணர்ந்த நாங்கள் எந்த எழுத்தாளர் கும்பகோணத்துக்கு வந்தாலும் அவர்களை அவர் வீட்டுக்கு அழைத்துச் செல்வதை வழக்கமாய்க் கொண்டிருந்தோம். அப்படித்தான் ஞானக்கூத்தன், எஸ்.வைதீஸ்வரன், பிரபஞ்சன், அசோக மித்திரன், இந்திரா பார்த்தசாரதி, கோபிகிருஷ்ணன், வண்ணநிலவன், மீரா, திலகவதி, கோமல் சாமிநாதன் போன்ற பலரையும் நான் அவர் வீட்டுக்கு அழைத்துச் சென்றவாறு இருந்தேன். நானும் தேனுகாவும் சராசரியாய் வாரம் ஒரு முறை அவரைப் பார்ப்பவர்களாக இருந்தோம். அவரோடு பயணம் செய்யும் வாய்ப்புகளும் எங்களுக்கு அமைந்தன.

அவர் வீட்டை விட்டு வெளியே சைக்கிளில் சுற்றிய காலம் என்ற ஒன்று இருந்தது. அதற்குப்பின் எண்பதுகளின் துவக்கத்தில் கும்பகோணம் காந்தி பார்க்கின் திறந்த வெளியிலும் ஜனரஞ்சனி ஹாலின் சாதுசேஷய்யா நூலகத்திலும் நாங்கள் சிறுசிறு கூட்டங்களை நடத்தி அதில் எம்.வி.வி.யையும் கரிச்சான்குஞ்சுவையும் பேச வைப்போம். தங்கள் எழுத்துலக அனுபவங்களை அவர்கள் எங்களுக்கு கதை கதையாகச் சொல்வார்கள். இருவருமே வயது வித்தியாசமின்றி எல்லோரிடமும் இணக்கமாகப் பழகக் கூடியவர்கள். சில சமயம் அசட்டுத்தனமாக நண்பர்கள் கேட்கும் கேள்விகளுக்கும் நிதானமாகப் பதில் சொல்வார்கள். சமயத்தில், சொல்லத் தகாத கெட்ட வார்த்தைகள் கரிச்சான்குஞ்சு வாயிலிருந்து சகஜமாக வரும். எம்.வி.வி.யிடமிருந்து அப்படிக் கேட்க முடியாது. கரிச்சான்குஞ்சுவிடமிருந்து பரவசமும் குழந்தைத்தனமும், குதூகலமும், சிரிப்பும் பார்ப்பவர்களை உடனே தொற்றிக் கொள்ளும். எம்.வி.வி. எப்போதும் நிதானமாக இருப்பார். எல்லாவற்றையும் கடந்த ஒரு ஞானியின் புன்னகையோடு சலனமின்றி இருப்பார். பல சமயம் கரிச்சான்குஞ்சு எதிராளியின் மேலே கூடச் சமயத்தில் தட்டி வாய்விட்டுச் சிரிப்பார். எம்.வி.வி.யின் சிரிப்பு அடக்கமாகக் கட்டுக்குள் இருக்கும்.

வறுமையும் லௌகீகச் சிரமங்களும் மனஅழுத்தமும் இருக்கும் போதும் கூட, எம்.வி.வி. ஒரு மெல்லிய புன்னகையோடு இருந்திருக்கிறார். எந்தக் கஷ்டத்திலும் நண்பர்களிடம் அவர் கடன் வாங்கியதில்லை. 'நம் கஷ்டங்களுக்கு நாமே பொறுப்பு. அத வெளில சொல்லவும் கூடாது.

அதுக்கு இன்னொருத்தரை குற்றவாளி ஆக்கவும் கூடாது. நாமதான் தாங்கணும், பல்லைக் கடிச்சுக்கிட்டு தாங்கணும்' என்பார். தமது இந்த வார்த்தைகளுக்குத் தக்கவே அவர் வாழ்ந்தார்.

அவரது பொருளாதாரப் பிரச்னைகள் குறித்த ஒரு கேள்விக்கு எம்.வி.வி., இப்படிப் பதில் அளித்துள்ளார். "மாமனிதனையும் மண்ணில் நெளியும் புழுவாக்க பொருளாதாரக் கேடு ஒன்று போதும். நான் ஒரு ஃபைட்டர். ஒரு சண்டைக்காரனும். நான் எதிர்கொண்டவை வெறும் பொருளாதாரக் கேடுகள் மட்டுமல்ல; நீங்கள் கற்பனையும் செய்து பார்க்க முடியாத - நான் பட்ட பல்வேறு துன்பங்களில் ஒரு பர்சன்ட் நீங்கள் கண்டிருந்தாலும் அப்படியே நொறுங்கியே போயிருப்பீர்கள். என்னைப் பொறுத்தவரை என் பொருளாதார நஷ்டம் என்பது இலக்கிய லாபம்."

சில சமயம் படைப்புகள் தவிர்த்த இலக்கிய லாபமும் அவரை எட்டியதில்லை. க.நா.சு., பாண்டிச்சேரி பல்கலைக்கழகத்தில் எம்.வி.வி.யைப் பேராசிரியராக்கத் துணைவேந்தர் மூலம் பெரும் முயற்சி செய்து அது தட்டிப் போனது. தஞ்சைத் தமிழ்ப் பல்கலைக்கழகத்தில் விருது தரக் கடிதம் எழுதி ஒப்புதல் பெறப்பட்ட பிறகு அது வேறொருவருக்கு அறிவிக்கப்பட, அந்த விழாவுக்கும் எம்.வி.வி. சலனமில்லாமல் போய்விட்டுத் திரும்பினார்.

எது எப்படி இருந்தாலும் அவர் வீட்டிலிருக்கும்போது, தினமும் கொஞ்சம் கைகால் நீட்டி உடற்பயிற்சி, மூச்சுப்பயிற்சி, தியானம் செய்வதை வழக்கமாகக் கொண்டிருந்தார். பூஜை அறையில் தினமும் சாமி கும்பிடும் வழக்கமும் இருந்தது. அதுபோலவே தினமும் முகச்சவரம் செய்து கொள்வதில் கவனமாக இருப்பார். அயர்ன் செய்த சட்டைகளையே அணிந்து கொள்வார். பவுடர் பூசிக் கொள்வார். முகம் எப்போதும் தேஜஸ்ஸாக இருக்கும். கணக்காக வாரிய தலைமுடி. திருநீறும் குங்குமமும் துலங்கும் நெற்றி. வெற்றிலைக் காவி ஏறிய பற்கள். பன்னீர்ப் புகையிலை வாசம். தாம்பூலம் தளும்பும் இதழ்களின் கனிந்த சிரிப்பு. பார்த்தவுடன் ஒரு மரியாதை தோன்றும் விதமாகவே அவர் எப்போதும் இருப்பார். பனியனோடு வீட்டில் அமர்ந்து இருக்கும்போது கூட, ஒரு தத்துவ ஞானியின் பிரசன்னம் போல இருக்கும் அவரது இருப்பு.

> **"திருக்கண்டேன் பொன்மேனி கண்டேன், திகழும்**
> **அருக்கன் அணி நிறமும் கண்டேன் -செருக்கிளரும்**
> **பொன்னாழி கண்டேன் புரிசங்கம் கைக்கண்டேன்,**
> **என்னாழி வண்ணன்பால் இன்று..."**

அவர் தோற்றம் பேயாழ்வாரின் இந்தப் பாசுரத்தை எனக்கு நினைவூட்டும் சில சமயம். அதீத வறுமையிலும் செம்மாந்து புன்னகைத்த எம்.வி.வி. அந்த எழுத்தின் மூலமே அதை அடைந்தார் என்பதுதான் துயரம்.

எழுதி எழுதிக் குவித்த விரல்கள் எண்பதுகளின் முற்பகுதியில் எழுத முடியாமல் சோர்ந்தன. அவரது 'மீ காய்கெரு' என்ற நாவல் முற்றுப் பெறாமலேயே நின்றது. அதற்குப் பின் கடைசியாய் அவர் எழுதிய முற்றுப் பெற்ற நாவல் காதுகள். அந்நூலுக்கு சாகித்திய அகாதெமி பரிசு கிடைத்தது. அதன் பின் மொத்தமாக அவர் கதைகளைத் தொகுத்து பாவைச் சந்திரனிடம் தந்து ஒரு புத்தகமாக வெளியிடத் தந்தோம். அதில் பிழைகள் திருத்தும்வரை அவருக்குப் பார்வை சரியாக இருந்தது. அந்தப் புத்தகம் முழுமைபெற்று வரும்போது அதைப்பற்றி அவரது காதில் சத்தமாகக் கத்திச் சொல்ல வேண்டியிருந்தது. அட்டைப்படத்தில் சிரித்தபடி இருக்கும் தமது புகைப்படத்தை தன் கைகளால் மட்டுமே தடவிப்பார்த்துக் கொள்ள முடிந்தது அவருக்கு. அது வெளிவரும்போது பார்க்க முடியாத வண்ணம் அவரது பார்வை போயிருந்தது. உடல், மன உபாதைகளால் துயர் மிகுந்த கடைசிக் காலத்துத் துன்பங்களைச் சொற்களில் சொன்னால், அந்தச் சொற்களும் கலங்கி அழும். தன்னளவில் தன்னெழுத்துக்களாலான ஓர் இலக்கியத் தோப்பை உருவாக்கிய எம்.வி.வி., தான் வாழ்ந்த அதே கும்பகோணத்தின் தோப்புத் தெருவில் ஜனவரி 14ஆம் நாள் 2000ம் ஆண்டு மறைந்தார்.

கேட்காத காதுகளோடும் பார்க்க முடியாத குளுக்கோமா விழிகளோடும் பிறழ்வான மனக்கொதிப்பில் மேலெழும்பும் குமிழிகளோடும் அவஸ்தை மிகுந்ததாக இருந்தது அவரது கடைசி வருட வாழ்க்கை. ஆனாலும் இயன்ற வரையில் நினைவு தப்பாமல் இருந்த வரையில் எல்லாக் கஷ்டங்களையும் மீறி கைமாறு கருதாமல் அவர் சதா நமக்காக ஏதோ நெய்துகொண்டே இருந்தார் தம் நடுங்கும் விரல்களால்.

கும்பகோணம் மகாமகக் குளத்தின் படிக்கட்டுகளும், கு. ப. ரா. வீட்டு மாடியும், நகர மேல்நிலைப்பள்ளியின் எதிரில் உள்ள தொண்டர் கடைத் திண்ணையும், கணபதி விலாஸ் ஹோட்டலும், பின்னாளில் காந்தி பார்க்கும், ஜனரஞ்சனி ஹாலும், இராமசாமி கோயிலும், எனது செல்லம் விடுதியும் அவரது இலக்கிய சம்பாஷணைக்கான களங்களாக அமைந்திருந்தன. அவை எல்லாமே வேறு வேறாய் உருமாறி இன்றும் இருக்கின்றன. எம்.வி.வி. இன்று இல்லாவிட்டாலும் தம் எழுத்துகளின் மூலம் நம் மனக்காதுகளில் ஏதோ பேசிக்கொண்டேதானிருக்கிறார். அது அந்த உட்செவியில் நிகழ்ந்து கொண்டிருக்கும் ஓர் ஆத்மார்த்தமான சம்பாஷணை.

வகை வகையாய்க் கதைகள்

“விமர்சகர்களைப் பற்றி நான் என்றும் கவலைப்பட்டதில்லை. என்னைத் தேடிக் கண்டுபிடித்து வரும் ரசிகர்கள்தான் எனக்கு முக்கியம். ஒரு லட்சம் பேர் கைதட்டியதால் என் இலக்கியப்பணி வளரவில்லை. உண்மையாகப் படித்து ரசித்த சில ரசிகர்களால் மட்டுமே என் படைப்புகள் வலுப்பெற்றன.” - எம்.வி.வி.

தமிழ்ச்சிறுகதையின் வரலாற்றில் மணிக்கொடிக் குழுவினருக்கென ஒரு நிரந்தரமான இடமுண்டு. அரசியல் பற்றித் தங்கள் கண்ணோட்டத்தினை மக்களிடம் பரப்புவதற்குப் பத்திரிகைகள் தோன்றிய அந்தக் காலத்தில் இலக்கிய விழிப்புணர்வை உண்டாக்க வேண்டும் என்ற நோக்குடன் ‘மணிக்கொடி’ இதழ் வெளியாயிற்று. மணிக்கொடி, தமிழ்ச் சிறுகதை வரலாற்றின் மிக முக்கியமான ஒரு காலகட்டமாகும். சிறுகதையின் பன்முகப்பட்ட வளர்ச்சிக்கு இப்பத்திரிகையோடு சம்பந்தப்பட்டவர்கள் பலரும் பெருந்தொண்டாற்றி உள்ளார்கள். அந்த மணிக்கொடியில் எழுதத் துவங்கியவர்தான் எம்.வி.வி. மணிக்கொடியில் மட்டும் இவரின் பதினெட்டு கதைகள் வெளிவந்துள்ளன.

இவரின் சிறுகதைகளில் சில உள்ளடக்கங்கள் வினோதமான விஷயங்களாகவும், நம்ப முடியாதனவாகவும், சாமி, பூதம், மந்திரம், இறப்பு எனப் பேசுவனவாகவும், எளிதில் புரிந்துகொள்ள முடியாதனவாகவும் இருக்கின்றன என்று அந்தக் காலத்தில் சொல்லப்பட்டதற்கு இவர், “பிறரால் நம்ப முடியாத, பகுத்தறிவுக்கு ஒவ்வாத பல அற்புதங்களை என் கதைகளில் காணலாம். இவை யாவும் என் வாழ்க்கையில் நடந்தவை. நான் என் வாழ்க்கையில் கண்டதைத்தான் எழுதுகிறேன். காணாததை எழுதவே இல்லை” என்று சொல்லியிருக்கிறார். இதற்குப் பொருத்தமாக எம்.வி.வி.யின் புகழ்பெற்ற ‘பைத்தியக்காரப் பிள்ளை’ கதையையே எடுத்துக் கொள்ளலாம். அவர் தெருவைச் சேர்ந்த இளைஞனே கதை நாயகனாக அமைகிறான். அந்த இளைஞனைப் பற்றி எம்.வி.வி.க்கு முன்பின் தெரியாது. ஒரு நாள் அந்த இளைஞன் இரயிலில் விழுந்து தற்கொலை செய்துகொண்டு விட்டான். அவன் பிணத்தை அவன் வீட்டுத் திண்ணையில் நாற்காலியில் வைத்திருந்தனர். இதைப் பார்த்த எம்.வி.வி.க்கு அவனை வைத்து ஒரு கதை எழுதவேண்டும் என்ற ‘உள்ளுணர்வு’ தோன்றியது. உடனே எழுதத் தொடங்கினார்.

கதைச் சுருக்கம் இதுதான். ஆண் குழந்தைகள் ஐந்தும் பெண் குழந்தைகள் ஐந்துமாய் பிறந்த ஒரு நெசவாளிக் குடும்பம். வயதுக்கு வந்த பிறகு, பெண்களுக்கு எப்படி கல்யாணம் செய்யப் போகிறேனோ என்றும் மனைவியின் கொடுமையாலும், குடித்தே உயிரை விடும் தந்தை. வீட்டின் மூத்த மகன் ராஜம். தந்தை இறந்தபின், குடும்பப் பொறுப்பை

ஏற்றுத் தன் தங்கைகளில் மூவருக்குத் திருமணம் செய்து, அந்தக் கடனையும் கொஞ்சம் கொஞ்சமாக அடைத்து வருகிறான். அவன் தம்பிகள் பெரியவர்கள் ஆனதும் அம்மாவை விட்டுத் தப்பித்து, தனியே தொழில் செய்கிறார்கள். வீட்டுக்குப் பணமும் தருகிறார்கள். பேச்சாலும் செயலாலும் மூத்த மகன் ராஜத்தைக் கொடுமை செய்கிறாள் தாய். அயராத தறி வேலைகளுக்கிடையே, அவனுக்கு ஒரு காதல். அவன் காதலி பங்கஜம். அவளுக்காகப் பாடுபட்டுப் பட்டுப் புடவையும் தாலியும் பணமும் சேர்த்து ஒரு பெட்டியில் வைத்திருக்கிறான். அதைக் கள்ளச்சாவி போட்டு இரகசியமாய்த் திறந்து பார்த்து விடுகிறாள் தாய். அதை வைத்துக் கொண்டே அவனோடு சதா சண்டை பிடிக்கிறாள். சின்னச் சின்ன விஷயங்களுக்காக அவனை வார்த்தையாலே கொல்லுகிறாள். பங்கஜத்தைப் பற்றித் தாறுமாறாக ஏசுகிறாள். அவளை இந்தக் குடும்பத்துக்கு மருமகளாக வரவிடமாட்டேன் என்று கத்துகிறாள். பங்கஜத்தின் பெற்றோருக்கோ வேறு யாருக்குமோ இவள் திட்டுவது கேட்டு விடுமோ என்று பதறுகிறான் ராஜம். அதோடு நில்லாமல் அவனுக்கு உதவியாய் தறியில் வேலை செய்யும் தங்கையை அவனுக்கு உதவவிடாமல் செய்கிறாள். தங்கை அவனோடு வேலை செய்ய வேண்டுமென்றால் அதற்கு அட்வான்ஸாக தனியாகப் பணம் கொடு என்று கேட்டுத் தொந்திரவு செய்கிறாள். அடி மேல் அடி விழத் துவள்கிறான் ராஜம். தாயின் மனமோ அகங்காரத்தின் உச்சிக்குச் செல்கிறது. சதா அவள் பேச்சாலும், செயல்களாலும் கொடுமைக்கு ஆளான அவன் இரயிலின் முன் பாய்ந்து தற்கொலை செய்து கொள்கிறான். ‘நல்ல வேளை... கல்யாணத்திற்குப் பிறகு இப்படிச் செய்யாமல் இருந்தானே’ என்கிறாள் காதலி பங்கஜம்.

பெற்ற தாயின் மதிப்பீடும் செயல்பாடுகளும் ஏன் இப்படி மாறின என்ற கேள்வியை எழுப்புகிறது கதை. இப்படிப்பட்ட தாய்களும் உலகத்தில் இருக்கவே செய்கிறார்கள். சந்தர்ப்ப சூழல்களைத் தனக்குச் சாதகமாகப் பயன்படுத்திக்கொண்டு தன் சுயநலம் ஒன்றே பிரதானமாகச் செயல்படுகிறாள் தாய். அவளுக்கு அவள் உலகத்தில் அவளைத் தவிர யாருமில்லை. அதன் பொருட்டே மகனை அந்தப் பாடு படுத்துகிறாள். தன்னைக் காதலித்தவன் பிணமானதைக் கண்டு, ‘நல்ல வேளை கல்யாணத்துக்குப் பிறகு இப்படிச் செய்யவில்லை’ என்று மன அமைதி கொள்கிறாள் காதலி. விதவையாகியிருந்தால் காலம் முழுதும் எவ்வளவு துயரமாயிருக்கும் என்பதை நினைத்து, தன்னைத் விதவையாக்காமல் போய்ச் சேர்ந்தானே என்ற ஆசுவாசம்தான் அவளிடம் எஞ்சுகிறது. அவன் மீது காதலோ பரிதாப உணர்ச்சியோ ஏற்படுவதற்குப் பதிலாக அவளுக்குப் பதற்றமே ஏற்படுகிறது. காதல் என்ற உணர்வுக்குப் பின்னும் தாய்மை என்ற உணர்வுக்குப் பின்னும் கூட சுயநலனே மறைந்திருக்கிறது எனத் தனது சில படைப்புகளில் இது போன்ற புனிதப் பீடங்களை

அனாயசமாகத் தகர்த்தெறிகிறார். காதுகள் நாவலிலும் பைத்தியக்காரப் பிள்ளை போன்ற சிறுகதைகளிலும் அது நடந்துள்ளதை அந்தப் படைப்புகளைப் படிக்கும்போது நாம் உணர முடியும். பொதுவாகத் தாய்மை என்றாலே தெய்வநிலைக்கு உயர்த்தும் போக்கு நிலவும் சூழலில், எம்.வி.வி.யின் இந்தப் 'பைத்தியக்காரப்பிள்ளை' சிறுகதை தாயால் மகனுக்கு இழைக்கப்படும் கொடுமைகளைப் பற்றிப் பேசுகிறது. இந்தக் கதையை, தமிழின் ஆகச் சிறந்த கதைகளுள் ஒன்றாக அசோகமித்திரன் குறிப்பிடுகிறார்.

"இந்த மாதிரி நாட் எல்லாம் நீங்க எங்கேருந்து புடிக்கிறீங்க சார்?" என்று ஒருமுறை நான் அவரிடம் கேட்டபோது, "என்னா ஏதோ குறவன் மடையான் புடிக்கிற மாதிரி சொல்ற. அப்படி இல்ல அது. நீ எம்ட்டியா இருந்தா உனக்கு வேற கண் இருந்தா அது தானா வந்து விழும். அப்புறம் உன் வித்வத்வம்... அவ்ளோதான். அசோகமித்திரன் அப்படி சொல்றார்ன்னா அது ஒரு அன்யூஷுவல் கதை. அசாதாரணங்களை முன்னதா உறைஞ்சிருக்க புனித பிரதிமைகளை உடைச்சி வேற ஒண்ண எஸ்டாபிளிஷ் பண்றதுங்கிறது ஒரு சவால். அம்மான்னா, புனிதம்... பாசம்... அன்பு... இப்படித்தான இருக்கு பொதுவா? அதுக்கு எதிரான கொடுமைக்காரியான அம்மாவை நான் சொல்றேன். அப்ப அத நான் ஸ்ட்ராங்கா எஸ்டாபிளிஷ் பண்ணலன்னா, அது பேக் ஃபையர் ஆயிடும். அது ஒரு சேலஞ்ச். அதனால அசோகமித்திரன் அப்படி சொல்லிருப்பார்ன்னு நினைக்கிறேன். இது மாதிரி பல விஷயங்கள் பண்ணிருக்கேன் சிறுகதைகள்ல. ஏராளமான கற்பனைகளுடன் - கனவுகளுடன் கல்யாணம் செய்துகொள்ளும் பெண், கணவன் அலி என்று தெரிந்தபின் படும் துயரை 'மாளிகை வாச'த்துல சொல்லிருக்கேன். அப்பாவும் மகனும் தாசியப் பத்தி சொல்றமாதிரி ஒரு கதை. அதுல ரெண்டு பேரும் ஒரு விஷயத்துக்கு ரெண்டு வர்ஷன் சொல்லுவாங்க. எது உண்மை எது பொய்யின்னு அனுமானிக்க முடியாது. மெட்ராஸ்லேர்ந்து கும்பகோணம் வர வரைக்கும் பொணத்த கார்ல காலடில போட்டுக்கிட்டு ராத்திரி முழுக்க ஒரு பயணம் போறது ஒரு கதைல வரும். 'இனி புதிதாய்'ன்னு ஒரு கதை, 'மூக்குத்தி'ன்னு ஒரு கதை அந்த மாதிரி பாத்திரங்கள் எல்லாம் நம்மளைச் சுத்தித்தான் இருக்காங்க. நான் முன்ன சொன்ன மாதிரி அவங்களைப் பாக்க நமக்கு வேற கண் வேண்டியிருக்கு. அப்புறம் பாத்ததைக் கேட்டதை, அனுபவச்சிதை மட்டும் வச்சிக்கிட்டு எல்லாத்தையும் எழுத முடியாது. அப்படியேவும் சொல்ல முடியாது. அதுக்கு ஒவ்வொருத்தருக்கும் ஒரு கலவை, சேர்மானம், ஒரு காலப்ரமாணம், ஒரு பிராஸஸ் இருக்கு. அதுலதான் ஒரு கலைஞனை நாம ஐடன்டிஃபை பண்ண முடியும். என்னத்த எழுதி என்ன... எதுமே போய்ச் சேரலயே. நண்பர்களா இருக்கவங்க கூட ஒழுங்கா படிக்கறதில்ல. படிச்சாதான என்ன

பண்ணிருக்கோம்ன்னு தெரியும். யாரோ சிலர் சொல்ற அபிப்ராயங்களை வச்சிக்கிட்டே வந்து பேசறது அலுப்பா இருக்கு. முதல்ல நீயும் முழுசா படிக்கணும். உனக்கான அபிப்ராயத்தை நீயே உருவாக்கிக்கணும், தப்பா இருந்தால் கூட பரவாயில்லை. அது ஒரு தாட் பிராஸஸ் இல்லையா, அதுக்காகத்தான எழுதுறோம். பெரும்பாலும், அது நடக்கறதில்ல. அது உன் வாழ்க்கைக்கே அப்ளை ஆகுமே. எல்லாத்தையும் அவுத்து அவுத்து ஓப்பன் பண்ணி சொல்லிட்டே இருக்க முடியாது. நீதிக்கதை எழுதவும் முடியாது. அப்புறம் நீதி சொல்றதுல்லாம் எழுத்தாளன் வேலை இல்லை. எல்லா தர்ம நீதிகளும் காலவர்த்தமானத்துக்கு, சூழலுக்கு ஏற்ப மாற்றத்துக்கு உட்பட்டவை. அதைத்தான நம்ம புராணம் இதிகாசம் எல்லாமே சொல்லுது. அவ்ளோ ஏன் பொய்மையும் வாய்மையிடத்துன்னு சொல்லலையா வள்ளுவர்?"

பேராசிரியர் ச. மணி, அவரது ஆய்வுக்காக எழுப்பிய கேள்விக்கு எம்.வி.வி. இப்படி ஒரு பதில் அளிக்கிறார்.

"நீங்க இலக்கியத் துறையிலே, நடந்ததை நடந்த மாதிரி எழுதற பண்பைக் கொண்டவராக இருப்பதாகவும், உங்களையே ஒரு பாத்திரமாக்கிக் கொள்வதாக இருப்பதாகவும் சொல்கிறார்களே?"

'ஆமாம். நான் மூன்று வகையா பிரித்துக்கொண்டுதான் எழுதுறேன். ஒன்று நடந்ததை கொஞ்சம்கூடக் கற்பனையில்லாம, அப்படியே நியூஸ் கொடுப்பதுபோல, இன்னொன்று கற்பனை கலந்து, வாழ்க்கையின் யதார்த்தங்களைக் கூறுவது. மூன்றாவது கற்பனையிலே எவ்வளவு உயர முடியுமோ, அப்படியே உயர்ந்து விரிவாக எழுதுவது. மூன்று வகையிலும் எழுதியிருக்கேன்.'

ஒன்று, உண்மையான வாழ்க்கையை, கற்பனை இல்லாமல் அப்படியே எழுதுவது. அப்படி எழுதும்போது, அது வெறும் செய்தி விவரணையாக மாறும் வாய்ப்புள்ளது. ஆனால், எம்.வி.வி. தன் கலைத் திறனால், அதை அனாயசமாகக் கடந்து செல்கிறார். இதற்கு உதாரணமாக, அவரது 'பெட்கி', 'மாய்பாப்' போன்ற கதைகளைச் சொல்லலாம். ஒரு வகையில், இவை அவரது சுயசரிதை சார்ந்த கதைகள்.

இரண்டாவது, கற்பனை கலந்து வாழ்வின் யதார்த்தத்தைச் சொல்லும் கதைகள். இதையும் அவர் சிறப்பாகவே கையாண்டிருக்கிறார். 'வாழவைத்தவன்', 'இனி புதிதாய்' போன்ற சிறுகதைகளை இதற்கு உதாரணமாகச் சொல்ல முடியும்.

மூன்றாவது, கற்பனையில் எவ்வளவு உயரம் செல்லமுடியுமோ, அவ்வளவு உயர்வாக விரிந்து பறந்து, உலகத்தையே அவாவிப் பார்க்கும் ஆசை கொண்ட கதைகள். இதற்கு உதாரணமாக, மகாபாரதக் கதையின்

ஒரு சிறு பாத்திரத்தை அடிப்படையாக வைத்து அவர் எழுதிய, 'திலோத்தமை', 'புலோமை', 'அழகி', 'பனிமுடி மீது ஒரு கண்ணகி' போன்ற சிறுகதைகளைக் குறிப்பிடலாம்.

"1943ஆம் ஆண்டு என்று ஞாபகம். திருச்சி - துறையூரிலிருந்து வெளிவந்து கொண்டிருந்த 'கிராம ஊழியன்' பத்திரிகைக்கு, காலம் சென்ற கு.ப.ராஜகோபாலன் ஆசிரியராக இருந்து, இலக்கியச் சோதனைகள் நடத்திய காலம். கும்பகோணத்தில் கு.ப.ரா.வின் வீட்டிலும், மகாமகக் குளப்படித்துறையிலும் இலக்கிய எழுத்தாளர்கள் அடிக்கடி கூடி, சர்ச்சை செய்வது வழக்கம். எழுத்தாளர்கள் தி.ஜானகிராமன், கரிச்சான் குஞ்சு, கி.ரா.கோபாலன், நான், இன்னும் இளம் எழுத்தாளர்கள் சிலர், அந்தக் கூட்டங்களில் பங்கெடுத்துக் கொள்வோம். எங்கள் அனைவரையும் ஓர் இலக்கிய வெறி பற்றிக் கொண்டிருந்த காலம் அது. ஒரு முறை கு.ப.ரா, 'மகாபாரத்தின் உபாக்கியானங்களிலிருந்து பத்து அழகிகளைப் பொறுக்கி, சிறுகதைகளில் வார்க்க வேண்டும். எனக்கு நேரம் இல்லை. எம்.வி.வி.சார் நீங்கள் செய்யுங்களேன்' என்று கேட்டுக் கொண்டார். அந்தப் பொறுப்பை நான் ஏற்றுக்கொண்டு, முதல் கதையாக 'திலோத்தமை'யை எழுதினேன். அது 'கிராம ஊழிய'னில் வெளியாயிற்று. திலோத்தமையின் அழகில் பரவசம் அடைந்த கு.ப.ரா. 'உங்கள் திலோத்தமை, தாகூரின் ஊர்வசியைவிட அழகாய் இருக்கிறாள்' என்று பாராட்டியது இன்றும் நினைவிருக்கிறது. இரண்டாம் கதையாக 'புலோமை'யை எழுதினேன். மூன்றாவது பாரதக் கதையாக 'நித்தியகன்னி'யை எழுதத் தொடங்கி, சிறுகதையாகத் திட்டமிட்டு, நாவலாக அது வளர்ந்தது. கு.ப.ரா. அதை ஒரு புதிய சோதனையாக வரவேற்றார். ஆனாலும் நான் நாவலை எழுதி முடிப்பதற்குள், அவர் காலமாகி விட்டார். அவர் மறைந்தாலும், அவருடைய வேண்டுகோளும் அபரிமிதமான பாராட்டும் பாரதக் கதைகள் எழுதுவதற்கு எனக்கு உற்சாகம் இன்றும்கூட அளிக்கின்றன என்பதை நான் கூறத்தான் வேண்டும்" என்று குறிப்பிடுகின்றார் எம்.வி.வி.

அவரது 'மழை' என்ற சிறுகதையின் வர்ணனை இப்படி துவங்குகிறது. "நாலைந்து நாட்களாக மழை பலமாக பெய்து கொண்டிருந்தது. மேகங்களுக்குப் பின்னால் பதுங்கிய சூரியன், வெம்மையோடு தெளிவையும் இழந்துவிட்டது போலும். பகல், அந்தியின் கருக்கலைப் போல் சோகையாக இருந்தது. இரவோ, நீருக்கும், இருளுக்கும் இடையில் நடைபெறும் போராட்டமாய் விளங்கியது. மழையின் வழியை, மறித்தது இருட்டு. இருட்டைக் குடைந்து தூளாக்கி, இருட்டிலேயே தூவியது மழை. கதவைத் திறந்து வீதியை எட்டிப் பார்த்தேன். மழையில் நனைந்த இருட்டு, தள்ளாடிக் கொண்டிருந்தது. தெருவில் இருந்து மூன்று படிகள் ஏறித்தான் வீட்டுக்குள் வர வேண்டும்.

ஆனால், படிகளின் உதவியின்றியே காற்று மேலே தாவி விழுந்து தழுவியது. மழைக் கம்பிகள் நாகங்களைப் போல் என்னைப் பிடிக்கச் சீறின. சீறுகின்ற அந்த நீர்த் தாரைகளின் குளுமை எனக்கு ஆனந்தமாக இருந்தது.'' இப்படி படிக்கப் படிக்கச் சந்தோஷம் தந்தபடி இன்னும் நீள்கிறது அந்த வர்ணனை.

இது போன்ற கவித்துவ மொழிநடை ஒரு பக்கம்; இன்னொரு பக்கம் ஏதோ ஒரு வகையில், மனித மதிப்பீடுகளின் மீது கேள்வியை எழுப்பி, அதை மறுபரிசீலனை செய்ய, அல்லது அதற்கு விடை தேடத் தூண்டுகின்றன அவருடைய கதைகள். கிட்டத்தட்ட ஐம்பது வருஷங்களுக்கு முன் எழுதப்பட்ட அவரது சில படைப்புகள், இன்றும் புதிய பொருள் கொள்ள ஏதுவாய் இருக்கின்றன. இது காவியத் தன்மைக்குரிய ஒரு அடையாளம் ஆகும்.

பொதுவாக, அவரது கதைகளில் மனித முரண்கள் சந்தித்து மோதுகின்றன. பாலியல் வேட்கையின் வெவ்வேறு கோணங்கள் வெளிச்சமாகின்றன. குறிப்பாக, மனப்போராட்டங்கள் நுட்பமாகவும், யதார்த்தமாகவும் காணப்படுகின்றன. சில கதைகளைப் படித்து முடித்ததும் அர்த்தம் புரியா வெறுமை சரிகிறது. மனத்தின் அடியாழத்தில் புதையுண்ட அற்ப உணர்ச்சிகளைச் சில கதைகள் பேசுகின்றன. மனித மனம் எப்படியெல்லாம் விசித்திரமாக மாறும் என்பதை அவர் படைப்புகளில் பார்க்க நேர்கிறது. பொதுப் புத்தியின் நீதிகளைக் கலைத்துப் போடுகின்றன சில கதைகள். தொலைந்து போன கலாசாரத்தின் நினைவுகளை மீட்டிக் காட்டுகின்றன சில கதைகள். இச்சைகளால் பாதை மாறும் மனிதர்கள் பாத்திரங்களாக வருகிறார்கள் சில கதைகளில். வாழ்வின் நிலையாமை, அபத்தம், தகுதிக்கு மீறிய ஆசைகள், அல்பத்தனங்கள், குதர்க்க புத்தி, பாலியல் வேட்கை, மனப்பிறழ்வு என்பன போன்ற பல விஷயங்களை அவர் கதைகள் பேசினாலும் அவற்றின் ஆதார ஸ்ருதி ஒன்றுதான். ஒன்றைக் காட்டுவதன் மூலம் வேறொன்றைக் காட்டி வாசகனைக் கொஞ்சமேனும் அவன் ஸ்திதியிலிருந்து சற்று மேலே உயர்த்துவது. ஆனால் அதே சமயம் அவர் படைப்புகள் பிரச்சாரத் தன்மை கொண்டவை என்றும் சொல்லிவிட முடியாது. படைப்புகளில் அதை அவர் விரும்பியதுமில்லை.

சிறு சிறு விவரணைகள் மூலமே பாத்திரத்தின் ஒரு பக்கவாட்டுச் சொரூபத்தை நம் கண்முன் நிறுத்துவதில் சமர்த்தர் அவர். 'யாருக்குப் பைத்தியம்' என்ற கதையில் ஒரு பாத்திரத்தை இப்படி அறிமுகம் செய்கிறார்.

"அவர் வயதானவர்; அறுபது தாண்டி சில வருஷங்கள் ஆகியிருக்கலாம். கறுப்புக் கோடுகள் ஓடும் வெள்ளைக் குடுமி; கட்டை

விரல் பருமனுக்கு திருமண் துலங்கும் நெற்றி; ஒரு மாத ஷவரம் காணாத முகம்; ஆணா பெண்ணா என்று யூகிக்க முடியாதபடி திரைந்த மார்பு; அதை இரண்டாகப் பிரிக்கும் மொத்தமான பூணூல்; சலவை காணாது பழுப்பேறிய வேஷ்டி இடுப்பில்; இந்தக் கோலத்தில் கள்ளன் வர முடியாது என்று கொஞ்சம் நம்பிக்கை உண்டாகவே, சாப்பிட்டபடி நானும் அவரோடு பேச்சுக் கொடுத்தேன்."

சௌராஷ்டிரர்கள் வாழ்வின் அக-புற வாழ்வின் சிறு சிறு பகுதிகளை, அவர்களின் தொழில் சார்ந்த விவரங்களை தம் கதைகளில் நாவல்களில் கொண்டு வந்ததை அவர் எழுத்தின் ஒரு பிரத்தியேக அம்சமாகச் சொல்லவேண்டும். தமிழ்ச் சிறுகதைகளில் காணக் கிடைக்காத ஒன்று இது. சௌராஷ்டிரர்கள் வாழ்வை மட்டுமல்லாது அவர்களின் பேச்சு மொழியையும் உரையாடலாக அமைத்து அதனருகிலேயே அதற்குத் தமிழில் அர்த்தமும் எழுதியிருப்பார்.

அவருடைய, ஒரு சிறுகதைபோல இன்னொரு சிறுகதை இருக்காது. ஒரு கதையில் காமம் மீதூறிய பெண் நாயகியாக வந்தால், இன்னொரு கதையில் விரும்பி ஜெயிலுக்குப் போகும் சாமியார், நாயகனாக வருவார். புதிய கோணத்தில் புராணப்பாத்திரம் ஒன்று மையப் பாத்திரமாக ஒரு கதையில் வந்தால் இன்னொரு கதையில் குற்ற உணர்ச்சியேதுமின்றி தவறுகள் செய்யும் ஒருவன் நாயகனாக வருவான். கர்நாடக இசைக் கச்சேரிகளில் வந்தது வராமல் பாடுவது என்பது ஓர் அசாத்தியத் திறமை என்று சொல்வார்கள். அதைத் தம் கதைகளில் நிகழ்த்திக் காட்டியவர் எம்.வி.வி.

வகைப்பாடுகளில் மட்டுமல்ல; யாரும் அந்தக் காலத்தில் கையாளத் தயங்கும் விஷயங்களையும் அவர் கதைகளில் கையாண்டுள்ளார் என்பதற்கு உதாரணமாக திருநங்கையை மையமாக வைத்து அவர் எழுதிய 'மாளிகை வாசம்' கதையைக் குறிப்பிடலாம்.

எந்த வகையான கதையாக இருந்தாலும் அவரது விவரணைகளும் சித்திரிப்புகளும் அவர் சொல்லும் விஷயத்தைக் கண்முன்னே நிறுத்தி விடும். 'வாழ வைத்தவன்' என்ற கதையில் வரும் நாயகி அருவியில் குளிப்பதைப் பற்றிய ஒரு சித்திரிப்பு இது.

"சேலையையும் ரவிக்கையையும் இறுக்கிக்கொண்டு அருவியை அவள் நெருங்கினாள்; சாரல் மேலே பட்டதும் அவளுக்குக் குளிருகிறாற் போல் இருந்தது. அப்பால் அவள் எப்படி அருவியினடியில் புகுந்தாள் என்று அவளுக்கே தெரியாது. பின்னாலிருப்பவர்களால் தள்ளப்பட்டு அருவி கனமாகக் கொட்டும் ஓரிடத்துக்குச் சென்றுவிட்டாள்; ஒரு பெரிய நெல் மூட்டையை அப்படியே தலையில் தூக்கிப் போட்டாற் போலிருந்தது. தரையில் விழுந்து மூக்கு உடையப் போகிறது என்று அவள்

நினைப்பதற்குள் 'சடசட' வென்று அவளைத் தட்டிக்கொடுத்து ஆசுவாசப்படுத்தியது அருவி. சிறிது நேரத்தில் அருவி ஸ்நானம் அவளுக்குப் பழக்கம் ஆகிவிட்டது. பிடித்துக்கொள்வதற்காகவும், பாதுகாப்பிற்காகவும் போட்டிருக்கும் கம்பியைக் கெட்டியாகப் பற்றிக்கொண்டு, கனமாக நீர் கொட்டும் இடத்தில் நின்றாள். தலை கொடுத்தாள்; முதுகு காட்டினாள்; இடுப்பு வலி தீர வளைந்து நின்றாள்; மார்பை நீட்டினாள்; வலக்கையையும் இடக்கையையும் மாற்றி மாற்றிக் காண்பித்தாள். உடம்பின் இண்டு இடுக்குகளில் உள்ள வலி எல்லாம் தண்ணீரோடு ஓடுகிறது; குளித்துக்கொண்டே இருக்கலாம் என்று தோன்றுகிறது".

இப்படி ஒரு பெண் குளிப்பதைக் கூட உணர்ச்சியைத் தூண்டாமல் எழுதிய எம்.வி.வி. உடலுறவு விஷயங்களையும் எந்த விரசமும் இல்லாமல் எழுதிக்காட்டியவர். 'மழை' கதையில் கதாநாயகன் ராஜுவுக்குத் திருமணமானபின் பல ஆண்டுகள் கழித்துத் தன் காதலி கல்யாணியைச் சந்திக்க நேர்கிறது. ராஜுவுக்கு காதலித்த காலத்திலேயே அவன் காதலியோடு உடல் ரீதியாகவும் தொடர்பு இருந்ததை இப்படி எழுதிக் காட்டுகிறார்.

"சொல்லால் சொக்கினோம். செயலாலும் சொக்கினோம். அவளுடன் பழகும் வரை உண்பதற்கும் - படிப்பதற்கும் - உறங்குவதற்கும் தான் உடல் இருக்கிறது என்று நினைத்திருந்தேன். உடல் ஒரு மாயாஜால மகேந்திரஜாலப் பேழை, அதில் கோடானுகோடி சுகங்கள் மறைந்து கிடக்கின்றன என்பதை அவள்தான் எனக்கு உணர்த்தினாள். அழகாகவும் உணர்த்தினாள்!"

அந்தக் காலத்திலேயே தன் கதைகளில் பரிசோதனைகளையும் புதுமைகளையும் நிகழ்த்திப் பார்த்தவர் எம்.வி.வி. 'சிறைச்சாலை என்ன செய்யும்?' என்கிற கதையில் ஒரு பாத்திரம் தன்னை அறிமுகப்படுத்திக் கொண்டு கதையை ஆரம்பிக்கிறது. பிறகு அந்தக் கதாபாத்திரமே, 'நான் என் அனுபவத்தை இப்போது கதை போல் எழுத ஆரம்பிக்கிறேன்' என்று எழுதத் துவங்குகிறது. இன்னொரு கதையான 'மூக்குத்தி'யில் நோயுற்றுப் படுத்த படுக்கையில் கிடக்கும் ஒருவருக்கு காது மட்டும் கேட்கிறது. அந்தப் பாத்திரத்தின் காதில் விழும் ஓசைகள், உரையாடல்களைக் கொண்டே கதை நகர்கிறது. எழுத்தாளராகவே அறிமுகமாகித் தன் சுய வாழ்க்கையின் சில சம்பவங்களோடு சில கதைகளை எழுதியுள்ளார். அம்னீஷியாவால் பாதிக்கப்பட்ட ஒருவனின் கதையைக் கூட அவர் எழுதியிருக்கிறார்.

அவரது நூற்றுக்கணக்கான கதைகளிலும் பெரும்பாலான கதைகளில் அடிப்படைத் தரம் இருப்பதை நாம் உணர்ந்துகொள்ள

இயலும். அந்தத் தரம் கூடி வந்தமைக்கு உள்ளடக்கமும், உருவமும் மட்டும் காரணம் அல்ல. தங்கு தடையில்லாத, அந்த ஓட்டமாக ஓடும் அசாத்திய நடையும் நுண்ணிய சித்திரிப்புகளும் பாத்திரங்களுக்கேற்ற சகஜமான உரையாடல்களும் முக்கியக் காரணங்கள். இதனால்தான் அவரது எந்தக் கதையும் சுவாரஸ்யம் குன்றாமல் இருக்கிறது. அதே சமயம் சுவாரஸ்யத்திற்காக தீவிரத்தன்மையில் ஒருபோதும் அவர் சமரசம் செய்துகொண்டதில்லை.

பாத்திரங்களுக்குள் ஏற்படும் பிரச்னையை அல்லது அவை எதிர்கொள்ளும் சிக்கல்களை அங்கம் அங்கமாக நகர்த்தி அவருக்கு முடிக்கத் தோன்றும் ஓரிடத்தில் முடித்திருப்பார் எம்.வி.வி. 'அதன் பிறகு என்ன ஆச்சு?' என்ற கேள்விக்குப் பதில் இல்லாமலே பல கதைகள் எழுத்தில் முடிந்துவிடும்; ஆனால் வாசகன் மனத்தில் அது தொடர்ந்தபடி இருக்கும். 'கதைகளில் தீர்வு சொல்வதோ போதனை செய்வதோ அனாவசியமாக வளர்த்திச் செல்வதோ என் வேலையல்ல; வாசகனின் தகுதிக்கும் திறமைக்கும் அறிவுக்கும் அனுபவத்திற்குமேற்ப அவன் கதையைப் புரிந்துகொள்ள வேண்டும்' என்று சொல்வார் எம்.வி.வி.

எம்.வி.வி.யின் ஒரே கதை, வேறு பெயரிலும், பத்திரிகைகளிலும் தொகுப்புகளிலும் மாறிமாறி வெளிவந்துள்ளன என்பதும் பிற்காலத்தில் நித்திய வயிற்றுப்பாட்டுக்கான தேவைக்காக அவர் பெரிதும் எழுதினார் என்பது உண்மைதான் என்றாலும், பெரும் வணிக சக்திகளாகத் திகழ்ந்த ஆனந்த விகடனிலும் (2) குமுதத்திலும் (1), மூன்று சிறுகதைகளுக்கு மேல் அவர் எழுதவில்லை என்பதையும் குறிப்பிட வேண்டும். இருபத்தாறு சிறுகதைகளை சுதேசமித்திரனிலும், கல்கியில் பத்து சிறுகதைகளையும், கலைமகளில் ஆறு சிறுகதைகளையும், கிராம ஊழியனில் ஏழு சிறுகதைகளையும், கலாமோகினியில் ஆறு சிறுகதைகளையும், சிவாஜியில் ஐந்து சிறுகதைகளையும், தேனீயிலும், காதலிலும் தலா நான்கு சிறுகதைகளையும், சௌராஷ்டிர மணியில் பதினொரு சிறுகதைகளையும் எம்.வி.வி. எழுதியுள்ளார். சந்திரோதயம், கணையாழி, முல்லை, கவிக்குயில், அமுதசுரபி, தினமணிக் கதிர், சக்தி, தீபம், உமா, எழுச்சி ஆகிய பல்வேறு பத்திரிகைகளிலும், மறு பிரசுரங்களாக மங்கை, ஓம் சக்தி, இந்தியா டுடே, புதிய பார்வை, காலச்சுவடு முதலிய பிற பத்திரிகைகளிலும் எம்.வி.வி.யின் சிறுகதைகள் வெளிவந்துள்ளன. ஏறக்குறைய ஐம்பது அல்லது அறுபதாண்டுகளாக ('கவர்ச்சி' என்ற சிறுகதை, ஓம்சக்தி இதழில் செப்டம்பர் 1996இல் மறுபிரசுரம் பெற்றுள்ளது), எம்.வி.வி. சலிக்காமல் தொடர்ந்து சிறுகதைகள் எழுதி வந்திருக்கிறார். அவரது பதின்ம வயதில் அவர் மிகவும் மதிக்கும் அவரது முன்னோடிகள் தந்த ஊக்கம் கடைசி வரை அவரை விட்டு அகலவில்லை.

அவருடைய மகாபாரதக் கதைகள் எழுதப்படுவதற்கு கு.ப.ரா.வே காரணம் என்று நித்தியகன்னி நாவலின் முன்னுரையில் இவ்விதம் குறிப்பிடுகிறார். "ந. பிச்சமூர்த்தி, கு.ப.ரா, இருவரும் என்னையும் அவர்களுள் ஒருவனாக ஏற்றுக் கொண்டு விட்டார்கள். 45, 40 வயதுக்காரர்களும் 24 வயதேயான நானும் சமமாக அமர்ந்து உரையாடினோம் என்பதை, கர்வத்தோடு சொல்லிக் கொள்வேன். கு.ப.ரா.வும், பிச்சமூர்த்தியும், புதுமைப்பித்தனும் என்னை வலுவாக ஆக்கிரமித்துக் கொண்ட எழுத்தாளர்கள்" என்று ஒரு நேர்காணலில் சொல்கிறார் எம்.வி.வி.

எம்.வி.வி.யின் இச்சிறுகதைகள், பின்வரும் பன்னிரண்டு சிறுகதைத் தொகுப்புகளில் இடம் பெற்றுள்ளன.

1. வரவும் செலவும் (5 கதைகள், ஜூலை 1964),
2. மோகினி (3 கதைகள், நவம்பர் 1964),
3. குயிலி (8 கதைகள், நவம்பர் 1964),
4. மாளிகை வாசம் (10 கதைகள், நவம்பர் 1964),
5. உறங்காத கண்கள் (18 கதைகள், 1968),
6. வியாசர் படைத்த பெண்மணிகள் (13 கதைகள், 1968),
7. இனி புதிதாய் (12 கதைகள், அக்டோபர் 1991),
8. நானும் உன்னோடு... (6 கதைகள், 1993),
9. அகலிகை முதலிய அழகிகள் (14 கதைகள், 1993),
10. எம்.வி. வெங்கட்ராம் கதைகள் (54 கதைகள், 1998),
11. பனிமுடி மீது ஒரு கண்ணகி (10 கதைகள், 2007),
12. முத்துக்கள் பத்து (10 கதைகள், 2007)

இவற்றுள், காலச்சுவடு பதிப்பகம் வெளியிட்ட 'பனிமுடி மீது ஒரு கண்ணகி' (2007), அம்ருதா பதிப்பகம் வெளியிட்ட 'முத்துக்கள் பத்து' (2007) ஆகிய இரண்டைத் தவிர, பிற பத்து சிறுகதைத் தொகுப்புகளும், எம்.வி.வி. உயிர் வாழ்ந்த காலத்திலேயே வெளிவந்தவையாகும். 'வரவும் செலவும்' - 1964ஆம் ஆண்டு ஜூலை மாதத்தில் வெளிவந்தபின், 'மோகினி', 'குயிலி', 'மாளிகை வாசம்' ஆகிய மூன்று சிறுகதைத் தொகுப்புகளும் 1964ஆம் ஆண்டின் நவம்பர் மாதத்திலேயே ஒருசேர வெளிவந்துள்ளன. இவற்றில், 'அந்தக் காலத்திலே...' என்ற சிறுகதை, 'வரவும் செலவும்' தொகுப்பிலும், 'மோகினி' தொகுப்பிலும் காணப்படுகிறது. இதேபோல் 'ஸித்தி' சிறுகதையும், 'கணப்பு' சிறுகதையும் 'குயிலி' தொகுப்பிலும், 'மாளிகை வாசம்' தொகுப்பிலும் காணப்படுகின்றன.

'குந்தி' (குந்தியும் கர்ணனும்), 'குயிலி' (அடுத்த ஜன்மச் சாயை), 'ஜன்னல்' (நவயுவன்), 'மூக்குத்தி' (தமுக்கு), 'மழை இடி மின்னல்'

(முச்சந்தி), ‘ஏன்?’ (என்ன அது), ‘சசி’ (இந்திராணி), ‘பிரஜாவதி’ (சுவேதகேது), ‘மருந்து’ (மருந்தும் நம்பிக்கையும்), ‘அகலிகை’ (கோடரி), ‘மஞ்சுளாவின் சபதம்’ (சபதம்), ‘தேவயானி’ (யௌவனம் தந்த யுவன்), ‘வரவும் செலவும்’ (செலவும் வரவும்), ‘தெரியாத அப்பாவின் புரியாத பிள்ளை’ (இரண்டு திருமணங்கள்), ‘சுருதாவதி’ (கால்கள்), ‘குற்றமும் தண்டனையும்’ (ஹரிணியின் கணவனும் நீலாவின் கணவனும்), ‘ஊஞ்சல்’ (பத்மினி), ‘அப்பாவும் பிள்ளையும்’ (தந்தையும் மகனும்), ‘சாவித்திரி’ (காலத்தின் கனவு), ‘மாய்ஃபாப்’ (ஆனா இம்மன்னா மாவன்னா ஆனா இப்பன்னா பாவன்னா), ‘கந்தர்வ கானம்’ (என் கதை), ‘நானும் உன்னோடு...’ (நானும் உன்னோடு வர்றேம்மா), ‘வெயில்’ (அடிவயிற்றில் பிறந்த வெப்பம்) என்று இருபத்துமூன்று எம்.வி.வி. சிறுகதைகள் மாற்றுத் தலைப்புகளில் பல்வேறு பத்திரிகைகளிலும் வெளிவந்துள்ளன.

ஒரே காலத்தில் வெளிவரும் தொகுப்புகளிலும் கூட இப்படி கதைகள் பிரசுரிக்கப்படுவதன் சிக்கல் அவருக்குத் தெரியாமல் இல்லை. ஒரே சிறுகதையைப் புதிய தலைப்பிட்டு, வெவ்வேறு பத்திரிகைகளில் புத்தகங்களில் வெளியிடும் பழக்கம் ஓர் எழுத்தாளன் செய்யக்கூடாத ஒன்றுதான். ஆனால், அது தந்திரமெல்லாம் இல்லை. வறுமை துரத்திய துரத்து அது. முதலில் அப்போதெல்லாம் அவர் மனம் ஒரு நிலையில் இல்லை. சிறுகதை கேட்பவர்களுக்கு உடனடியாகக் கொடுக்க, புதிய சிறுகதைகள் தம் கைவசம் இல்லாதபோது, அப்போதைய அவரது பணத்தேவையின் பொருட்டு பழைய சிறுகதைகளையே தலைப்பு மாற்றியும், கொஞ்சம் சீர்ப்படுத்தியும் கொடுத்திருக்கிறார். அது போல குறுநாவல்களையும், வானொலிக்கும் சில பள்ளிகள் மற்றும் பொதுமேடைகளுக்கும் நாடகங்களாக எழுதித் தந்த எம்.வி.வி., தான் உயிரோடிருந்த காலத்தில் வெளிவந்த தொகுப்புகளில் அவை சேர்க்கப்படும்போது அவற்றை குறுநாவல்களாக நாடகங்களாகக் குறிப்பிடவில்லை. இதெல்லாம் தவறோ... சரியோ? நம் இன்றைய வாழ்வின் ஸ்திதியிலிருந்து அதன் மீது எப்படி தீர்ப்பிட முடியும்...?

தமிழ்ச் சிறுகதைக்குப் பெரும் பங்களிப்பு செய்த மணிக்கொடியில், இவ்வளவு சிறுகதைகளை, குறுகிய காலத்திற்குள் மிக மிக இளம் வயதிலேயே எம்.வி.வி. எழுதியிருப்பதிலிருந்தே, அவரின் இலக்கிய முக்கியத்துவத்தை நாம் அறிய முடியும். அவர் படைப்புகளில் அவருக்கு சிறுகதைகளே செல்லம் என்று சொல்லத்தக்க அளவு அவ்வளவு கதைகளை எழுதியுள்ளார். அவர் எழுதி வெளிவந்த ஏறத்தாழ இருநூறு கதைகளில் நான் இன்னும் கண்டுபிடிக்காத கதைகளும் இருக்கின்றன.

“என் கதைகளில் நான் என்னையே தேடினேன். நான் அறிந்ததை, கேட்டதை, பார்த்ததை, பேசியதை, அனுபவித்ததை, தொட்டதை,

விட்டதை, சிந்தித்ததையே எழுதினேன். எழுதி எழுதித் தீர்த்தேன்; பாதி எனக்காகவும் பாதி பசிக்காகவும்" என்று குறிப்பிட்டுள்ள எம்.வி.வி. 1992ஆம் ஆண்டு, காதுகள் நாவல் வெளியீட்டு விழாவில் தம் எழுத்து வாழ்வால் நொந்து போய் இப்படி சொன்னார். "தமிழ்நாட்டில் முழு நேர எழுத்தாளனாக வாழ்வது என்பது ஒரு மானங்கெட்ட பிழைப்பு". குஜராத்திலிருந்து கும்பகோணத்துக்கு ஜரிகை வரவழைத்து வியாபாரம் செய்து கோலோச்சிய தன் சொந்தத் தொழிலை விட்டுவிட்டு, அதன் பிறகு பிழைப்புக்கு எழுத்தைத் தவிர வேறு வேலை ஏதும் தெரியாத ஒரு ஜீவன் பன்முக அர்த்தத்தில் இப்படி சொன்ன பிறகும் வேறென்ன செய்ய முடியும்...? இதையெல்லாம் ஒத்துக்கொண்டு ரெண்டு கைகளையும் அவர் மேலே தூக்கிய பிறகும் உங்களால் இரக்கமற்றவற்றவர்களாகப் பேச முடியுமா என்ன...?

இந்த விமர்சனங்கள் ஒரு பக்கம் இருக்கட்டும். கொள்ளுவதைக் கொண்டு, தள்ளுவதைத் தள்ளி, வரவு வைத்ததைக் கணக்கில் கொண்டு நாம் பேசலாம். தமிழின் நவீன இலக்கியம் மறுமலர்ச்சி கொண்ட காலம் என்பது எழுத்தாளர்கள் ந.பிச்சமூர்த்தி, கு.ப.ரா., மௌனி போன்றவர்கள் இயங்கிய காலம். அந்தக் காலத்தில் அவர்களை விட இளையவரான எம்.வி.வி. அவர்களோடு பழகி இயங்கி, தம்மையும் அவர்களுக்குச் சமமான இலக்கிய ஆளுமையாகத் தமது படைப்புகளின் மூலம் நிறுவிச் சென்றிருக்கிறார் என்பதை யாரும் மறுக்க இயலாது.

தான் எழுதிய கதைகள் காலத்தைக் கடந்து வாழும் என்ற அசாத்தியமான நம்பிக்கையும் அவருக்கிருந்ததை 'நித்யகன்னி' நாவலின் முன்னுரையில் அவர் எழுதியுள்ள இந்த வரிகள் மூலம் அறியலாம். "காலத்தின் சோதனைகளுக்கு ஈடுகொடுத்து வாழக்கூடிய ஆற்றல் என் எழுத்துகளுக்கு உண்டு. அதை வாழ்த்தி வரவேற்கும் ரசிகர்கள் என்றும் இருப்பர் என்கிற நம்பிக்கை எனக்குண்டு" என்ற அவரது இந்த சத்திய வாசகத்துக்கு, இன்று பல பதிப்புகள் காணும் அவரது நூல்களே சான்று.

அவரது நூற்றாண்டு கடந்த பின்னும் ஒரு புதிய வாசகன் அவர் படைப்புகளை வாசிக்க நேரும்போது, அவரது பல படைப்புகள் களிம்பு ஏறாமல், புதியவையாகத் தோற்றம் தருவதை உணர்ந்து அதை அவன் சமூக ஊடகங்களில் இன்று பகிர்ந்து கொள்கிறான் என்றால் அதுவல்லவா காலங்கடந்து நிற்கும் அவரது கதைகளின் வெற்றி...!

எப்படி வேறுபட்டார் நாவல்களில்...?

எம்.வி.வி. சில சமயங்கள் என்னை எங்கள் விடுதியில் வந்து என் அறையில் சந்திப்பார். அப்படி எங்கள் நண்பர் கலியமூர்த்தியோடு வந்து பேசிய ஒரு சம்பாஷணையோடு இந்தக் கட்டுரையைத் துவங்குவது நலம் என்று கருதுகிறேன்.

என் அறைக்கு வந்து பேசிய பின், அவரை விடுதியின் மூன்றாம் மாடிக்கு மெல்ல அழைத்துச் சென்றோம். அங்கிருந்த சிமெண்ட் பெஞ்ச்சில் அமர்ந்தபடி வெற்றிலை போட்டுக்கொண்டு அமைதியாய் இருந்தார். அவரை விட்டு விட்டு நானும் கலியமூர்த்தியும் வேறு பக்கம் பேசிக்கொண்டிருந்தோம்.

அவர் மெல்ல எழுந்து சாலையோர, மாடி விளிம்புச் சுவர்ப் பக்கம் வந்து நின்று, வாகனங்கள் போவதை மேலிருந்து பார்த்துக் கொண்டு நின்றார். எங்கள் விடுதியின் மேல் மாடியின் அந்தச் சுவரோரம் வரிசையாகப் பத்து பைப்புகள் நட்டு பல வண்ண வழவழப்பான துணிக் கொடிகளைப் பறக்கவிட்டிருந்தேன். அதை அவர் கவனித்தார்.

“கொடி கட்டி வாழ்ந்தான்னு எழுதிருக்கேன் நான்...

இன்னைக்குத்தான் பாக்குறேன். நல்லா இரு”.

“சார்”.

“உண்மையில தமிழ் எழுத்தாளன் எல்லாம் இப்படித்தான் வாழணும் ரவி”.

“உங்க ஆசீர்வாதம் சார்”

“அது என்னைக்கும் பரிபூரணமா...”

“ஆமா, நான் எழுத்தாளரா சார்? ”

“அப்படியா சொன்னேன் உன்னை. ஆனா ஆயிடுவ நீ”.

“அப்ப, இப்ப இல்ல... அதான சார்? ”

“நதிமூலம் ரிஷிமூலம் கேக்கக்கூடாது” என்று சிரித்தார்.

அவர் அப்படியெல்லாம் என்னைக் கிண்டல் செய்வது வாடிக்கை.

“ஓகே சார். ஓகே”

நான் எழுந்து கைப்பிடிச் சுவரோரம் போய் நின்றேன். கொஞ்ச நேரம் போனது. நான் திரும்பியபடியே நின்றேன்.

"ஏ, கலியமூர்த்தி... ரவியைக் கூப்பிடு". அவர் என்னை வந்து கூப்பிட, நான் அவரை நோக்கிச் சென்றேன். அவர் என்னைப் பார்த்து,

"இங்க வாப்பா. என்ன? "

"ஒண்ணுமில்ல சார்."

"என்னமோ கேக்கணும்ன்னியே..."

"ஒண்ணும் கேக்கல விடுங்க."

"ரவி... நீ கவி இல்லியா? "

"சார். நான் ஒண்ணுமே இல்ல, விடுங்க சார்"

"சரி... வா... என்னமோ கேக்கணும்ன்னியே கேளு" என்று சொல்லி, பேச்சை வேறு பக்கம் திருப்பினார். "அன்னைக்கு ஜனரஞ்சனி ஹால் மீட்டிங் போது கரிச்சான் குஞ்சு கால்ல வலம்புரிஜான் உழுந்தான்னு சொன்னியே, அத விவரமா சொல்லு" என்று பேச்சைத் திருப்பி விட்டார். நிலைமை சகஜமானதும், திரும்ப,

"ஏதோ கேக்கணும்ன்னியே... கேளு"

"வேணாம்... நீங்க எதாவது நினைச்சிப்பீங்க"

"நினைச்சிக்கல்ல... கேளு".

"அதான் இருநூறு புஸ்தகத்துக்கு மேல எழுதிருக்கேன்னு சொல்றீங்க. ஆனா, ஏழு நாவல்களும் நூற்றுக்கும் மேற்பட்ட சிறுகதைகளை மட்டும்தான் என் லிட்டரரி கான்ட்ரிப்யூஷன்னு நான் க்ளைம் பண்ணிக்க முடியும்ன்னு சொல்றீங்களே... ஏன் சார்? "

மௌனமாக இருந்தார். அவருக்குச் சட்டென முகம் வாடியது போல் ஆகிவிட்டது.

"இதுக்குத்தான் நான் வேண்டாம்ன்னேன், நீங்கதான் கேளுன்னீங்க. சாரி, எதும் தப்பா கேட்டுட்டனா சார்? "

"இல்ல இல்ல. ரொம்ப சரியா கேட்டுருக்க..."

"பொழைச்சது ஏழு புள்ளைங்க. பெரிய குடும்பம். வேற தொழில் தெரியாது. என்ன செய்ய முடியும் நான்... பதிப்பகங்கள் எதையெல்லாம் எழுதினா பணம் தரேன்னு சொன்னானோ, அதையெல்லாம் எழுதினேன். பூவாவுக்கு டப்பு வேணுமே... தழுவல் நாவல்கள் எழுதிருக்கேன். ஏராளமான மொழிபெயர்ப்புகள். இதெல்லாம் விடு. மர்ம நாவல், சமையல் குறிப்பு, ஜோதிடம், ஆன்மிகம் இப்படி எல்லாம் ஒரு எழுத்துக் கூலிமாதிரி

இருந்து எழுதிருக்கேன். இதெல்லாம் விடக் கொடுமை எவன் எவன் பேர்ல வரதுக்கோ எழுதிக் குடுத்துருக்கேன். எனக்கு வேற வழி தெரியல. வாழ்க்கையை, பசியில்லாம ஓட்ட, நான் செஞ்ச காரியங்கள் இதெல்லாம். அப்படி வாழ்ந்த வாழ்க்கைல எனக்காக எழுதினத மட்டும்தான நான் க்ளைம் பண்ணிக்க முடியும்...? கிட்டத்தட்ட இதே வேலைகளை இன்னைக்கு இலக்கியப் புகழோட இருக்க (-------) அவரும் செஞ்சாரு. அது யாருக்கும் தெரியாது. எங்களுக்கெல்லாம் அன்னைக்கு வேற வழி இல்ல".

"தமிழ்நாட்டுல எழுத்த மட்டுமே நம்பி வாழ்றது பெரிய கொடுமை. ஒரு அரசியல்வாதிக்கோ, நடிகனுக்கோ, புரவலனுக்கோ இருக்க இடம்கூட இங்க எழுத்தாளனுக்கு இல்ல. எங்க பத்திரிகைக்கு, பதிப்பகத்துக்கு, விஷயதானம் பண்ணுங்கன்னுதான இன்னைக்கும் சோத்துக்கு வழியில்லாதவன்கிட்ட வந்து கேக்குறாங்க. இதுக்கு சிரிக்கறதா அழுவறதா தெரியல. சொற்ப வெகுமதியையும், சன்மானத்தையும் அற்ப ஆயுளே கொண்ட இந்தப் புகழையும் வச்சிக்கிட்டு வாழ்க்கை நடத்த முடியுமா...? ஆச்சு. எல்லாம் வாழ்ந்து முடிச்சாச்சு. இப்ப எழுதவும் முடியல..."

கொஞ்ச நேரம் மௌனமாய் இருந்தார். மறுபடி வாய் கொப்பளித்துவிட்டு வெற்றிலை போட்டுக் கொண்டே ஆரம்பித்தார். நாங்கள் எதுவும் பேசவில்லை. மறுபடி அவரே ஆரம்பித்தார்.

"சோ, நான் ஏற்கனவே சொன்ன ஜாபிதால உள்ளத மட்டும் நீங்கல்லாம் கணக்குல வச்சிக்கிட்டா போதும். அப்புறம் 'தேனீ' இதழ், சில கவிதைகள், அபூர்வமான கட்டுரைகள், ஜானகிராமன் புண்ணியத்துல எழுதின சில நாடகங்கள் இவ்ளோதான், கடைசில 'மகாலிங்கமா' வந்து நின்னுட்டேன்". (அவரது சுய சரிதையின் சில பகுதிகள் அடங்கிய காதுகள் நாவலில் வரும் கதாநாயகனின் பெயர்.)

இருட்டிக் கொண்டிருந்தது. மழை வரலாம் போலக் குளிர்ந்த காற்று மோதியது. மறுபடியும் போய் வாய்க் கொப்பளித்துவிட்டு வந்து வெற்றிலை போட்டுக் கொண்டார். எங்களுக்கு எதுவும் மேற்கொண்டு பேச முடியவில்லை. மீண்டும் சற்று நேரம் மௌனமாகக் கடந்தது.

"போவலாமா சார்...? இருட்டிடுச்சு... மழை வேற வரும் போல இருக்கு."

கைப்பிடியைப் பிடித்தபடி எழுந்தார். வேட்டியை இறுக்கிக் கட்டிக் கொண்டார். வெற்றிலைப் பையை கலியமூர்த்தியிடம் கொடுத்துவிட்டு, கைப்பிடியைப் பிடித்தவாறே மெதுவாக நின்று நின்று இறங்கிவந்தார். மறுபடி என் அறைக்கு வராமல்,

"நான் அப்படியே கிளம்புறேன்."

"சாப்ட்டு போகலாமே சார்..."

"மணி என்ன இப்ப... அதுக்குள்ள என்ன இப்ப... எட்டரைக்குத்தான். வீட்டுக்குப் போறேன்."

வாசல் வரைவந்து வழியனுப்பினேன். ஜீப்பில் கொண்டு வந்து விடுகிறேன் என்றேன்; மறுத்துவிட்டார். 'கார் வரச்சொல்றேன்' என்றேன். 'நோ' என்றுவிட்டார். ரிக்ஷா வரவழைத்தேன். அதில் அவரை மெல்ல அமர வைத்தோம். கலியமூர்த்தியும் அமர்ந்து கொண்டார். நான் அவர் அமர்ந்த பக்கமாய் போய், 'ஜாக்கிரதை சார்... ஜாக்கிரதை' என்றேன். வாகனச் சப்தத்தில் அவர் காதில் ஏதும் விழவில்லை. 'நான் பாத்துக்கிறேன்... நீங்க போங்க' என்றார் கலியமூர்த்தி. ரிக்ஷா மெல்ல புறப்பட்டது. 'நான் வரேன்' என்று கையை ஆட்டி, 'நீ எழுத்தாளர்தான்' என்று எம்.வி.வி. சொல்ல ரிக்ஷா இன்னும் வேகமாக முன்னேறியது. நான் நெடுநேரம் அந்த ரிக்ஷா சென்ற திசையையே பார்த்தபடி நின்றுகொண்டிருந்தேன்.

மேற்கண்ட சம்பாஷணையில் அவர் குறிப்பிட்ட ஏழு நாவல்களையும் அவர் எழுதி முற்றுப் பெறாமல் இப்போது அச்சில் இருக்கும் மீ காய் கெரு நாவலையும் சேர்த்து எட்டாகச் சேர்த்து நாம் அவரது நாவல் பங்களிப்பாகக் கொள்ளலாம்.

"என் நண்பர்கள் போல என் எழுத்து பாணியை அமைத்துக் கொள்ளவில்லை. என் சகாக்கள் அவரவர்களுக்கென ஒருபாதையை அமைத்து அதிலேயே பயணித்தபடி இருந்தனர். நான் ஒரு முறை சென்ற பாதையில் மறுமுறை சென்றதில்லை. புதுப் புதுப் பாதைகளை உருவாக்கி அதில் பயணித்தபடியே இருந்தேன். அதற்கு என் நாவல்களும் சிறுகதைகளுமே சாட்சியங்கள்" என்று சொன்ன எம்.வி.வி. அந்த வாசகத்துக்குத் தக்கவே நாவல்களைப் படைத்துள்ளார்.

இதிகாசப் பின்னணியில் பெண்விடுதலையை 'நித்திய கன்னி' சொன்னால், செளராஷ்டிரர் வாழ்வையும் மனித வாழ்வின் பாலுறவு வேட்கையையும் 'வேள்வித் தீ' சொல்லும். தம்பதியர் தங்கள் மானத்தைக் காக்க எதிரிகளோடு போரிட்டு மடிவதை 'ஒரு பெண் போராடுகிறாள்' சொன்னால், காதுகளில் கேட்கும் ஓயாத நாராச ஒலியால் துன்புற்று மனச்சிதைவடைந்த ஒருவனின் கதையை 'காதுகள்' சொல்லும். ஆன்மிக அனுபவங்களை 'இருட்டு'ம், 'உயிரின் யாத்திரை'யும் சொன்னால், உளவியல் நோக்கில் 'அரும்'பின் போக்கு சொல்லும். இப்படி தனித்தனி பாணியில் செல்லும் எம்.வி.வி.யின் எட்டு நாவல்களையும் இரு வகையாகப் பிரிக்கலாம்.

1. வரலாற்று நாவல்கள்
2. சமூக நாவல்கள்

இதில் வரலாற்று நாவல்களை இதிகாசப் பின்னணி கொண்ட நாவல், வரலாற்றுப் பின்னணி நாவல் என்றும், சமூக நாவல்களை ஆன்மிக நாவல், யதார்த்த நாவல், உளவியல் நாவல் என்ற முறையிலும் பிரிக்கலாம். எம்.வி.வி. எட்டு நாவல்களைத் தமிழில் எழுதியுள்ளார். இவற்றில் நான்கு நாவல்கள் தொடர்கதைகளாக வெளிவந்தவை.

1. நித்திய கன்னி (1957) - இதிகாசப் பின்னணி நாவல் (திருலோக சீதாராமின் 'சிவாஜி' இதழில் தொடர்கதையாக வந்தது)
2. இருட்டு (1958) - சமூக ஆன்மிக நாவல் (சுதேசமித்திரன் வார இதழில் தொடர்கதையாக வந்தது)
3. உயிரின் யாத்திரை (1958) - சமூக ஆன்மிக நாவல் (சுதேசமித்திரன் வார இதழில் தொடர்கதையாக வந்தது)
4. வேள்வித்தீ (1966) - சமூக யதார்த்த வகை நாவல் (நேரிடையாக வாசகர் வட்டப் புத்தகத்துக்காக எழுதப்பட்டது)
5. அரும்பு (1970) - சமூக உளவியல் நாவல் (சுதேசமித்திரன் வார இதழில் தொடர்கதையாக வந்தது)
6. ஒரு பெண் போராடுகிறாள் (1975) - வரலாற்றுப் பின்னணி நாவல்
7. காதுகள் (1992) - சமூக ஆன்மிக நாவல் (தஞ்சை ப்ரகாஷின் பாலம் இலக்கிய இதழில் வந்தது)
8. மீ காய் கெரு (1981) - சமூக யதார்த்த வகை நாவல் - (தஞ்சை ப்ரகாஷின் வற்புறுத்தலால் சௌராஷ்டிர மணி இதழுக்காக முதலில் சௌராஷ்டிரப் பேச்சு மொழியில் எழுதப்பட்டு, இரண்டு ஆண்டுகளுக்குப் பின் அதுவே மறுபடி தமிழில் எழுதப்பட்டது. முற்றுப்பெற்று வெளிவராத இந்த நாவல் தற்போது அச்சில் உள்ளது)

எம்.வி.வி. எளிய மனிதர். ஆனால், அவர் படைப்புகள் எளிமையானவை அல்ல; அவை நம் நுண்ணுணர்வைக் கோருபவை. மனித மனத்தின் ஆழங்களில் சலனிக்கும் நுட்பமான உணர்வுகளை தம் படைப்புகளின் வழியே வெளிக்கொண்டு வந்தவர்; அதே சமயம் சுவாரஸ்யம் குன்றாதபடி கதைகளை வளர்த்துச் செல்வதில் வல்லவர். கவித்துவ வர்ணனைகள் அமைந்த நடையை, அவருடைய கதைகளைப் போல நாவல்களிலும் காணமுடிகிறது.

எம்.வி.வி.யின் முக்கியமான நாவல்களில் ஒன்று 'நித்தியகன்னி'. ஒரு பெண்ணின் உடல் மற்றும் மனத்துக்கிடையே நடக்கும் ஒரு போராட்டம். பெண்ணை மையப்படுத்தித் தமிழில் எழுதப்பட்ட ஒரு முன்னோடி நாவல். காலகாலமாகப் பெண்ணை அடக்கி அடிமை செய்யும் ஆணை, பலவிதமான கேள்விக்குள்ளாக்குகிறது நாவல்.

எம்.வி.வி. மகாபாரத அழகிய பெண்கள் சிலரை, கதைப் பாத்திரங்களாக்கி, "வியாசர் படைத்த பெண்மணிகள்" என்ற பெயரில் கிராம ஊழியனில் எழுதி வந்தார். அப்போது கு.ப.ராஜகோபாலன்தான் கிராம ஊழியனின் ஆசிரியர். இவற்றுள் சிறுகதையாக எழுதத் தொடங்கிய நித்திய கன்னியே பின்பு நாவலாக மலர்ந்தது.

இந்த நாவலை சென்னை வானொலி நிலையமானது நாடகமாக்கி 1983ஆம் ஆண்டு ஒரு முறையும், 1995ஆம் ஆண்டு மறு முறையும் ஒலிபரப்பியுள்ளது. சென்னைப் பல்கலைக்கழகம் இந்த நாவலை இளங்கலைத் தமிழ் இலக்கியப் பிரிவுக்குப் பாடத்திட்டமாக வைத்திருந்தது.

'சோதனைப் படைப்பு' என்ற தலைப்பிட்டு தி.ஜானகிராமன் 'நித்ய கன்னி' நாவலுக்கு எழுதிய முன்னுரையிலிருந்து சில பகுதிகளைக் கீழே தருகிறேன்.

"இது இந்தக் காலத்து மனிதர்களைப் பற்றிய கதையல்ல. 'சரித்திரம் தொடங்கும் முன்' என்ற சொல்கிறார்களே, அந்தப் பழைய காலத்தைப் பற்றியது. பாத்திரங்களும் அந்தக் காலத்து முனிவர்கள், அரசர்கள், மங்கையர்கள். கதையின் பொருளோ, பழமையோ, புதுமையோ இன்று சாசுவதமாக நிலைகொண்டு மனிதர்களைத் திணறடித்து வருகிற பொருள்."

"நம்முடைய இதிஹாசத்தில் காணும் ஒரு குறிப்பை, ஒரு பொறியை ஊதி ஊதி, தம் கற்பனையால், புதுமைகளும் அதிர்ச்சிகளும் கலந்த ஒரு நீண்ட சிறு காவியமாக நமக்கு அளித்திருக்கிறார் வெங்கடராமன்."

"இந்த 'நித்ய கன்னி'யைப் பலதடவை படித்தால்தான் நல்லது. அன்றாடம் நாம் காண்கிற காதற்கதையோ, கற்புக் கதையோ அல்ல. மனிதன் உயர்வை நோக்கி நடத்தும் இயற்கைப் போராட்டங்களைச் சில விசித்திர பாத்திரங்களின் மூலம் சித்திரிக்கிறது".

"காலம் காலமாகப் பெண்மையின் எதிர்க்க முடியாத ஆட்சியை அடக்கி வைக்க ஆண் பலவித அணிவகுப்புகளை மாற்றி மாற்றி அமைத்து வருகிறான். ஆனால் உண்மையாகவே ஆளப் பிறந்த பெண் எப்படியோ அவற்றை மீறிக்கொண்டுதான் ஓங்கி நிற்கிறாள். காட்டுக்குள்

ஓடித் தப்பிவிட்ட இந்த மாதவியின் மறைவுகூட வெற்றிதான் என்று எனக்குத் தோன்றுகிறது."

"வெங்கடராமன் நம் முன் நிறுத்திய பாத்திரங்களை உருவகப் பாத்திரங்களாகப் பார்த்தால்தான் நமக்கு இந்த உண்மை புலப்படும். அதற்கு இந்நாவலை நாலைந்து தடவை மெதுவாகப் படித்தால் நல்லது. வெங்கடராமனின் நடை, சொல்லாட்சி எல்லாம் புராதனச் சூழ்நிலைக்கும் இந்தப் போராட்டத்திற்கும் ஏற்ப ஒரு தனித்தன்மையுடன் அமைந்துள்ளன. வெங்கடராமனின் பல சோதனைப் படைப்புகளில் இதுவும் ஒன்று. இந்தச் சிறந்த நூலைப் புத்தக உருவில் கொண்டு வர வேண்டும் என்று தோன்றிய பதிப்பகத்தாரை நாம் எவ்வளவோ பாராட்டலாம். நல்ல நூலுக்கு முன் சலசலப்பு நல்லதல்ல. நீங்கள் வாசிக்கத் தொடங்கலாம்".

'யயாதி' என்ற பேரரசரின் ஒரே மகள் மாதவி. ஒருவனை மணந்து குழந்தை பெற்ற பிறகும் மீண்டும் கன்னித்தன்மை பெறும் வரம் பெற்றவள் மாதவி. 'காலவன்' எனும் விசுவாமித்திர முனிவரின் சீடன் ஒருவன், தன் குருவிற்குத் தட்சணை கொடுப்பதற்காக, 'ஒரு காது மட்டும் கருப்பாக உள்ள வெண்பரிகள் எண்ணூறு வேண்டும்' என்று யயாதியிடம் யாசகம் கேட்டு வருகிறான். யயாதியிடம் அத்தகு தன்மையுள்ள குதிரைகள் இல்லை. ஆனால் யாசகம் கேட்டு வந்த பிராமணனை வெறும் கையோடு திருப்பி அனுப்பவும் யயாதியின் தர்மசிந்தனை இடம் தரவில்லை. யயாதி தன் மகளுக்குக் கிடைத்திருக்கும் வரத்தைப் பயன்படுத்திக் கொண்டு தன் மகளைக் காலவனுடன் அனுப்பி, அவளை யாராவது ஓர் அரசனுக்கு மணம் செய்வித்து, அதன் மூலம் எண்ணூறு குதிரைகளைப் பெறலாம் என யயாதி நினைக்கிறான். மணம் செய்து ஒரு குழந்தை பெற்றதும், திரும்பவும் கன்னித்தன்மை பெற்று தன் மகள் தன்னிடம் மீண்டுவிடுவாள் என்று எண்ணுகிறான்.

மாதவி முதலில் மறுத்தாலும் பிறகு தந்தையின் ஆணைக்குக் கட்டுப்பட்டு காலவனோடு புறப்படுகிறாள். காலவனின் மேல் காதலும் கொள்கிறாள். காலவனும் - மாதவியும் காட்டுவழியே செல்லுகையில் விசுவாமித்திரருக்குக் கொடுத்த உறுதிமொழியை மறந்துவிட்டு, காதல் விளையாட்டுகளில் ஈடுபடுகின்றனர். விசுவாமித்திரர் மாதவி அருகில் இல்லாத நேரத்தில் காலவன் முன் தோன்றி, குருதட்சணையை நினைவுபடுத்திச் சினத்தோடு பேசுகிறார். குதிரைகள் கிடைக்கும் இடமாக மூன்று அரசர்களின் பெயரைக் கூறி, அவர்கட்கு மாதவியை மணம் செய்து கொடுத்து, ஆளுக்கு இருநூறு குதிரைகள் வீதம் அறுநூறு குதிரைகளைப் பெற்று வருமாறு கட்டளையிடுகிறார். காலவன் குருநாதரின் கட்டளையை மீற முடியாமல் மாதவியிடம் நிலைமையை எடுத்துச் சொல்லி அயோத்தி மன்னன் ஹர்யசுவன், காசி மன்னன் திவோதாசன், போஜநகரத்து மன்னன் உசீநரன் ஆகியோருக்கு

அடுத்தடுத்து மணம் செய்து வைத்து அறுநூறு குதிரைகளை விசுவாமித்திரரிடம் அளிக்கிறான்.

மீதி தர வேண்டிய இருநூறு குதிரைகளுக்குப் பதிலாக, விசுவாமித்திரர் தான் ஒருமுறை மாதவியை மணந்து, ஒரு குழந்தை பெற்றதும் விடுவித்து விடுவதாகக் கூறுகிறார். காலவனும், மாதவியும் கெஞ்சுகின்றனர். ஆனால் விசுவாமித்திரர் காமவயப்பட்டு, அவளை மணந்துகொள்கிறார். ஒரு குழந்தை பெற்றதும் அவளை விடுவிக்கிறார்.

காலவன் மூன்று அரசர்களை மணந்து, குழந்தைகள் பெற்ற பின்னும் மாதவி மேல் மிகுந்த காதலோடு இருந்தவன், குரு முனிவரை மணந்தபின் தன் காதல் உள்ளத்தை மாற்றிக்கொண்டு, மாதவியை அவள் தந்தையிடம் கொண்டுபோய் ஒப்படைக்கிறான்.

தர்மத்தின் பெயரால், ஒரு பெண்ணின் உள்ளத்தைப் புரிந்து கொள்ளாமல், மூன்று அரசர்களும், ஒரு முனிவரும் மணந்ததால் மனம் வெதும்பிய மாதவி, தன் தந்தை சுயம்வரம் ஏற்பாடு செய்தவுடன் காடு நோக்கி ஓடிவிடுகிறாள். காலவன் தரையில் விழுந்து அழுகிறான்.

வியாசர் படைத்த பாத்திரங்களுக்கு எல்லாம் நேரடியாகப் பெயரிட்டு எழுதிய எம்.வி.வி. மாதவிக்கு மட்டும் மாதவி எனப் பெயரிடாமல் ‘நித்திய கன்னி’ என்று அவள்பெற்ற வரத்தின் அடிப்படையில் பெயர் சூட்டுகிறார். ஏனென்றால் அவள் பெற்றவரமே, அவளுக்குச் சாபமாக நின்று அவளை வதைப்பதை விளக்குவதற்காக ‘நித்திய கன்னி’ என்று பெயரிட்டு இருக்கிறார்.

மூலக்கதையில் பல மாறுதல்களை ஏற்படுத்தி மிக அருமையாக இந்நாவலை உருவாக்கி இருக்கிறார் எம்.வி.வி. ஒரு பெண்ணுக்கு, தருமத்தின் பெயரால் இழைக்கப்பட்ட மிகப்பெரிய கொடுமையை விவரிக்கிறார். காதலனாகிய காலவன், தந்தையாகிய யயாதி, கணவர்களாகிய அரசர்கள், முனிவர் விசுவாமித்திரர், எல்லோருமே அவளை முழுமையாகப் புரிந்து கொள்ளாமல் செயல்பட, அவள் பைத்தியமாகிக் காட்டுக்கு ஓடுகிறாள். அவள் பெற்ற வரமே அவளுக்குத் தீங்கினைச் செய்கிறது.

“மூலக்கதையை நான் பல மாறுதல்களுக்கு உட்படுத்தி உள்ளேன். ஒரு அரசனை வாய் வேதாந்தியாகவும், மற்றொருவனைக் காமுகனாகவும், மூன்றாம் மன்னனைக் கலைஞனாகவும் படைத்தது நான்தான். காலவன் மாதவியைக் காதலித்ததும், என் கற்பனையால்தான். இந்தப் பாத்திரங்களின் படைப்புக்கு நானே பொறுப்பு” என்று கூறுகிறார் எம்.வி.வி.

காலவன், மாதவி, யயாதி, விசுவாமித்திரர், மூன்று மன்னர்கள் என்று புராணகாலத்திய கதாபாத்திரங்களை உருவாக்கி இந் நாவல் எழுதப்பட்டிருந்தாலும், இன்று வாசிக்கும் போதும், புது மினுக்கம் கொள்கிறது. அதுவே இந்நாவலின் பலம்.

ஒரு கதைக்கரு, அதை சுவாரஸ்யமாகப் பின்னிச் செல்லும் விதம், அதனுள் உள்ள பாத்திரப் படைப்புகள், சம்பாஷணைகள், கதை நிகழும் இடம், காலம் - இவற்றைச் சரிவிகித சேர்மானத்தில் சேர்த்து நாவலைப் புனைவதில் வல்லவர் எம்.வி.வி. அதை நாம் அவரது எட்டு நாவல்களிலும் காணலாம்.

அதிலும் அவரது பாத்திரப் படைப்புகள் - அது சிறுகதையாக இருந்தாலும் நாவலாக இருந்தாலும் அவர் அதை மிகுந்த சிரத்தை யெடுத்துச் செய்திருப்பார் என்று நமக்குத் தோன்றும். அவரை இது குறித்துக் கேட்கையில், "எழுதும் முன்தான் எல்லாச் சிந்தனைகளும், எழுத உட்கார்ந்து விட்டால் என் மனம் போனபோக்கில் பேனா போகும்" என்று சொல்லியுள்ளார். அப்படி மனத்திலேயே அவர் பாத்திரங்களை வடிவமைத்து விடுகிறார் போலும்.

திருமாலின் ஒன்பது அவதாரங்களைப் பற்றியும் கதைகள் உண்டு. ஆனால், அவை ஏன் ராமாவதாரக் கதைக்கு இணையாகவில்லை...? கதையும், அதைக் கொண்டு செலுத்தும் பிற கூறுகளும் இருந்தாலும், இராமன், சீதை, இராவணன், மண்டோதரி, விபீஷணன், பரதன் போன்ற மிகச்சிறந்த பாத்திரப் படைப்பை வால்மீகி உருவாக்கியது போல மற்றவர்களால் உருவாக்க முடியவில்லை.

சோழர் கால வரலாற்றைப் படிக்கும்போது நம்மைப் பாதிக்கும் இராசஇராசசோழனைவிட, கல்கியின் பொன்னியின் செல்வன் வழியே நாம் வாசிக்கும்போது இன்று திரைப்படமாகியும் அவன் நம்முள் மிகுந்த பாதிப்பை உண்டாக்குகிறான். பல்லவ வரலாற்றில் நரசிம்மவர்மன் நம் உள்ளத்தைப் பாதிப்பதை விட, சிவகாமியின் சபதத்தில் வருகின்ற நரசிம்மன் நம்மைப் பாதிக்கின்றான். டால்ஸ்டாயின் அன்னாவும், ஃப்ளாபர்ட்டின் பவாரியும், ஹார்டியின் டெஸ்ஸும், தாகூரின் கோராவும், தகழியின் கருத்தம்மாவும், ஜெயகாந்தனின் கங்காவும் இப்போதும் நம் மனத்தில் நீங்காமல் இருப்பதற்கு இந்தப் பாத்திரங்கள் அல்லவா காரணமாகின்றன...? ஒரு கதையை நம் மனத்தில் வலுவாக உள்ளிறக்க, படைப்பாளி செய்யும் பல உத்திகளில் இந்தப் பாத்திர சூட்சுமம் பிரதானமாகிறது.

எம்.வி.வி. ஓர் அஃறிணைப் பாத்திரத்தையும் தன் நித்திய கன்னி நாவலில் உருவாக்கியுள்ளார். கல்யாணி என்ற பெயருடைய ஒரு பெண் மான்குட்டி நித்திய கன்னி மாதவியின் அன்புக்கும், பாசத்திற்கும் உரியதாக

உள்ளது. மனிதப் பாத்திரங்களுக்குக் கொடுக்கப்படும் அனைத்து மரியாதைகளும் கல்யாணி என்ற மான்குட்டிக்குக் கொடுக்கப்பட்டுள்ளன.

அவரது நாவல்களில் ஆண், பெண், அஃறிணை தவிர, இன்னொரு வகையான பாத்திரப் படைப்புகளும் இடம் பெறுகின்றன. அவை ஆவிகளும், தீய சக்திகளும். இந்த வகைப் பாத்திரங்களை எதில் அடக்குவது? இதற்கு நன்னூல் இலக்கணம் நமக்கு உதவி செய்கிறது

"மக்கள், தேவர், நரகர் உயர்திணை
மற்றுயிர் உள்ளவும் இல்லவும் அஃறிணை"

என்கிறது நூற்பா. (நன்னூல். நூ.26)

இவ்விலக்கண அடிப்படையில் ஆவிகளையும், தீயசக்திகளையும் தேவர், நரகர் என்ற எல்லோரையும் நாம் இணைத்துக் கொள்ளலாம்.

"நான் முதலில் பாத்திரங்களை முடிவு செய்துகொண்டு, அவற்றை வரிசையாக எழுதிக்கொள்வேன். பின்னர் அவற்றைக் கொண்டு ஒரு கதையைத் தொடங்குவதிலோ, ஒரு கதையின் இன்றியமையாத மாந்தர்களின் பண்புநலன்களை உருவாக்குவதிலோ எனக்குச் சிக்கலே இல்லை" என்கிறார் வங்க நாவலாசிரியர் சரத் சந்திர சட்டர்ஜி.

தன்னுடைய பாத்திரங்களில் பெரும்பாலானவர்களை ஏழ்மை நிலையில் வைத்தே எம்.வி.வி. படைத்திருந்தாலும், அவற்றின் ஜுவாலை அசாத்தியமானது. நித்தியகன்னியில் வரும் மாதவி, காதுகளில் வரும் மகாலிங்கம், இருட்டு நாவலில் வரும் கூத்தரசு, உயிரின் யாத்திரையில் வரும் சதாசிவம், ஒரு பெண் போராடுகிறாளில் வரும் ஜஸ்மா, டீகம், சௌதாமினி போன்ற பாத்திரங்கள், அரும்பில் வரும் மாதவன், மஞ்சுளா, ஸரஸா போன்ற பாத்திரங்கள் எல்லாம் ஒரு தேர்ந்த சிற்பியின் உளியால் செதுக்கி எடுக்கப்பட்ட பாத்திரங்கள். அவை ஒவ்வொன்றிலும் எம்.வி.வி. என்ற கலைஞனின் கைவண்ணம் மிளிரும்.

எம்.வி.வி. தன் பாத்திரங்களுக்கு எவ்வளவு முக்கியம் தந்துள்ளார் என்பதை அரும்பு நாவலின் கீழ் வரும் இந்த முடிவுரையைப் படிக்கும்போது நாம் அறிய முடியும்.

"வாழ்க்கையைப் போன்று நாவலும் ஆசிரியரின் தொடங்கும் இடத்தில் தொடங்கி, முடிக்கும் இடத்தில் முடிகிறது. சத்தியமாகப் பார்த்தால் வாழ்க்கை அனாதிதானே. அனந்தம் தானே? ஆகையால் வாழ்க்கையைப் பிரதிபலிக்கும் நாவலுக்கும் ஆரம்பமோ, முடிவோ இல்லை. நான் சொல்வதைச் சொல்லி முடித்துவிட்டதால்தான் இந்த இடத்தில் கதையை முடிக்கிறேன். கதையை முடிப்பதால் பாத்திரங்கள்

வாழ்க்கை முடிந்துவிடுமா என்ன? மஞ்சுளா, ஸரஸா, மாதவன், நீலகண்டன், பசுபதி முதலியவர்கள் வாசகர்களோடு நெருங்கிப் பழகி விட்டவர்கள்; அவர்களுடைய பிற்கால வாழ்க்கை எப்படி அமையும்; அவர்கள் எப்படி அமைத்துக் கொள்வார்கள் என்ற ஆர்வம் கொள்ளும் ரசிகர்களுக்காக இரண்டாம் பாகம் முதல் அத்தியாயத்தை ஆரம்பித்துக் கொடுத்திருக்கிறேன். பாத்திரங்களின் எதிர்காலத்தை ரசிகர்கள் எளிதில் கணித்துக் கொள்ள இயலும். ரசிகர்கள் வல்லவர்கள் அல்லவா? ”

தம் பாத்திரங்கள் நாவலோடு மட்டும் முடிந்து விடுவதில்லை. பாத்திரங்களின் எதிர்காலம் பற்றிக்கூட வாசகர்கள் கணித்துக் கொள்வார்கள் என்று சொல்கிறார் எம்.வி.வி.

எம்.வி.வி. எழுதிய இரண்டாவது வரலாற்று நாவல் “ஒரு பெண் போராடுகிறாள்.” அரசர்களின் வீரதீர பிரதாபங்களைச் சொல்லி அவர்கள் ஏதோ வானத்திலிருந்து குதித்த தெய்வப் பிறவிகள் போலவும், அவர்களின் அறிவாற்றலும், வீரமும் யாராலும் மிஞ்ச முடியாததவை போலவும் அவர்களது எடுப்பான தோற்றம் கண்டு, காணுகிற பெண்கள் எல்லாம் அவர்கள் மீது காமுறுவது போலவும் அந்த வரலாற்று நாவலாசிரியர்கள் நாவல்களை எழுதிய காலத்தில், ஓர் எதிர்க் குரல் போல எம்.வி.வி. இந்த மாறுபட்ட வரலாற்று நாவலை எழுதியுள்ளார்.

இந்த நாவலின் கதைத் தலைவனும், கதைத் தலைவியும் அரசனோ அரசியோ அல்ல. மண்வெட்டிப் பிழைக்கும், தாழ்ந்த குலத்தில் பிறந்த டீகம் என்பவன்தான் கதைத் தலைவன். அவன் மனைவியாக வந்து அவனோடு சேர்ந்து கூலி வேலை செய்யும் ஜஸ்மாதான் கதைத் தலைவி. அரசர்கள் படையெடுத்துப் பிற நாட்டை அழித்து, மக்களை அல்லல்படுத்திய வரலாற்றையே, சமுதாய வரலாறு, மக்களின் வரலாறு என்று எழுதிவந்த வணிக எழுத்தாளர்களுக்கு மத்தியில் குளம் வெட்டிப் பிழைக்கும் ஓடர்குலப் பெண்ணின் போராட்ட வரலாற்றை அப்போது எழுதியுள்ளார் எம்.வி.வி.

“பழைய இந்திப் புத்தகம், ஒன்றில் இந்த நாவலின் கரு எனக்குக் கிடைத்தது. அப்புத்தகத்தில் இரண்டே இரண்டு பக்கங்களில் ஜஸ்மாவின் கதை இருந்தது. அவ்விரு பக்கங்களைத்தான் நாவலாய்ப் பெருக்கினேன்” என்று நாவலின் முடிவுரையில் கூறுகிறார் எம்.வி.வி. அவர் காலத்து வணிக வரலாற்று நாவல் ஆசிரியர்களான கல்கி, அகிலன், சாண்டில்யன், கோ. வி. மணிசேகரன் போன்றோர் எழுதியது போல இவர் வழக்கமான வரலாற்று நாவலை எழுதவில்லை.

ஜஸ்மா என்ற தாழ்ந்த குலத்து ஏழைப் பெண்ணை அரசும், அரசு சார்ந்த உயர்குடி மக்களும் எத்தகைய நெருக்கடிக்கு ஆளாக்குகிறார்கள் என்பதையும், அந்த நெருக்கடிகளை எதிர்த்த ஒரு பெண்ணின்

போராட்டத்தையும் விளக்குவதால் இந்நாவலுக்கு “ஒரு பெண் போராடுகிறாள்” என்ற தலைப்பைச் சூட்டியுள்ளார்.

குஜராத் பகுதியில் ஒரு சிறு நாடு பாடன். அதன் அரசன் சித்தராஜன். இளைஞன். அழகன். அழகிய பெண்களைத் தனக்குரியவர்களாக ஆக்கிக் கொள்ளும் காமுகன்.

அவன் தலைநகரில் குளம் வெட்டும் பணி நடைபெறுகிறது. மாளவ நாட்டில் இருந்து டீகம் என்னும் ஓடர்குலத் தலைவன் தலைமையில் இரண்டாயிரத்துக்கும் மேற்பட்ட ஓடர்கள் குளம் வெட்டும் பணியில் ஈடுபட்டுள்ளனர்.

ஒருநாள் அரசன் குளம் வெட்டும் பணியை மேற்பார்வையிடும் போது ‘ஜஸ்மா’ எனும் அழகிய பெண் அவன் கண்ணில் படுகிறாள். அவள் டீகமின் மனைவி. அவளை எப்படியாவது கவரவேண்டும் என்று அரசன் சூழ்ச்சி செய்கிறான். முதலில் ‘சம்பா’ என்ற ஓடர்குலப் பெண் ஒருத்தியை அரண்மனைக்கு வரவழைத்து, அவளுக்கு ஆசை வார்த்தைகள் கூறி, ஜஸ்மாவை அரண்மனைக்கு அழைத்து வரச் சொல்கிறான்.

அரசன் கொடுத்ததாகச் சம்பா தந்த ரத்தின மாலையைத் தூக்கி எறிந்த ஜஸ்மா, சம்பாவையும் தாக்குகிறாள். டீகமும் சம்பாவின் கணவன் ராக்காவைத் தாக்குகிறான்.

அரசன் மிகச் சாதாரணமாக ஜஸ்மாவை அடைய முடியாது என்பதை உணர்ந்து, ஜஸ்மாவின் கணவன் டீகமை உதவிப் படைத் தலைவனாக நியமித்து, ஜஸ்மா, டீகமை அரண்மனைக்கு அருகில் உள்ள ஒரு மாளிகைக்குக் குடியேற்றுகிறான். அரசனின் ஆசை நாயகியருள் ஒருத்தியான சௌதாமினி, ஜஸ்மாவுடன் தங்கியிருந்து, ஜஸ்மா மனத்தை அரசன்பால் திருப்ப ஏற்பாடு செய்கிறாள். ஆனால் ஜஸ்மா, டீகம் ஆகிய இருவரின் மிகச்சிறப்பான காதல் வாழ்வு கண்டு சௌதாமினி அவர்களின் அன்புக்குரியவளாக மாறுகிறாள்.

அரசன் மட்டுமல்ல; அரசனுடன் பணியாற்றும் முதலமைச்சர் திரிபுவனர், படைத்தலைவன் ரணதீரன் போன்றோரும் காமவெறி பிடித்தவர்களாகவே உள்ளனர். அறுபத்தைந்து வயதான முதலமைச்சர் திரிபுவனர் ஏழாவது திருமணம் செய்து கொள்கிறார்.

இடையில் அரசன் ஜஸ்மாவை அடைய என்னென்னவோ தந்திரங்கள் செய்ய கடைசியில் சுரங்கப்பாதையில் ரணதீரன், பிறாரி குழுவினருக்கும், டீகம், ஜஸ்மா, சௌதாமினி குழுவினருக்கும் போர் நடைபெறுகிறது. ரணதீரன், பிறாரி, டீகமால் கொல்லப்படுகின்றனர். சௌதாமினியை அரசன் காலால் மிதித்தே கொன்று விடுகிறான். ஜஸ்மா

அரசனிடம் வாட்போர் புரிந்து, அவனைக் கொல்லப்போகும்போது, மறைந்து நின்ற ஒரு படைவீரன் ஜஸ்மா முதுகில் வாளைச் சொருகி விடுகிறான். டீகமும் நஞ்சு பூசப்பட்ட கத்தியால் காயம்பட்டதால் ஜஸ்மா விழுந்து கிடக்கும் இடத்தில் வந்து விழுந்து இறக்கிறான். அரசனின் முழுச் சக்தியும் சேர்ந்தும் சாவில் கூட இருவரையும் பிரிக்க முடியவில்லை.

அரசு என்பது மக்களுக்காகவே என்று ஆண்டாண்டு காலமாக ஆள்பவர்கள் சொன்னாலும், அதிகாரம் முழுவதும், தன் சொந்த சுயநலத்திற்காகப் பயன்படுத்தப்படுவது சித்தராஜனின் செயல்கள் மூலம் வெளிப்படுகிறது. அரசன், வயது முதிர்ந்த முதலமைச்சர், படைத்தலைவர் போன்ற அனைவருக்கும் சமுதாயப் பிரச்சனை எதுவும் பிரதானமில்லை. ஜஸ்மாவைக் கண்டது முதல் அவர்களின் ஒரே பிரச்சனை அவள்தான். அரசன், ஜஸ்மா மேல் கொண்ட மையலால் அவளைக் கவர்ந்து சென்று அனுபவிப்பதற்காக அரசு சக்திகள் முழுமையும் பயன்படுத்தப்படுகின்றன என்பதையெல்லாம் படிக்கும்போது, அதிகார வர்க்கம் எந்தக் காலத்திலும் இப்படித்தான் இருக்கிறதோ என நினைக்க வைத்து நிகழ்காலத்துக்கும் ஏற்றதாக மாறுகிறது பிரதி.

ஒரு நேர்காணலில் 'வேள்வித் தீ' பற்றி எழுப்பப்பட்ட கேள்விக்கு சுந்தர ராமசாமி இவ்விதம் பதிலளிக்கிறார். "வேள்வித் தீ நாவல் நயமாக எழுதப்பட்ட ஒரு நாவல். ஒரு கைதேர்ந்த கலைஞனுக்குரிய ஆற்றல்கள் அந்த நாவலில் சீராக வெளிப்படுகின்றன. கதையைச் சொல்லிக்கொண்டு போகக் கூடிய முறையிலும், கதையை வளர்த்தெடுக்கக்கூடிய போக்கிலும், பாத்திர சிருஷ்டிகளின் வெளிப்பாடுகளிலும், அதற்கு அவர் பயன்படுத்தியிருக்கக் கூடிய தமிழின் அழகுகளிலும், அதிக அளவிற்குக் கவர்ச்சி தரக்கூடிய நாவலாக எனக்குப் பட்டது. அத்துடன் அந்த நாவலில், மனித மனங்களைச் சார்ந்த ஆழ்ந்த கவனிப்புகள், ஆங்காங்கே வெளிப்படுகின்றன. மனித மனங்களில் புதையுண்டு கிடக்கும், பொதுவாக நாம் வெளிப்படுத்தத் தயங்கக் கூடிய பல எண்ணங்களை அங்கு வெளிப்படையாக, அல்லது நாம் நேராக நின்று உணரக்கூடிய வகையில், மிக எளிமையாகச் சொல்லிக்கொண்டு போகிறார். அந்த வகையில் வேள்வித்தீ என் மனதை வெகுவாகக் கவர்ந்தது என்று சொல்லலாம்" என்கிறார்.

அப்படி சுந்தர ராமசாமியால் சொல்லப்பட்ட முக்கியமான சமூக நாவல் 'வேள்வித் தீ'. இது சௌராஷ்டிர சமூகத்தை அடிப்படையாகக் கொண்டு எழுதப்பட்ட ஒரு நாவல். ஒரு கோணத்தில், அந்தச் சமூகத்தைப் பற்றிய சிறு ஆவணம் என்று கூடச் சொல்லலாம். அவர்களைப் பற்றிய பதிவே இல்லாத காலத்தில் வந்த ஒரு நாவல் என்று இதைச் சொல்ல வேண்டும்.

இது லக்ஷ்மி கிருஷ்ணமூர்த்தியின் வாசகர் வட்டத்துக்காக எம்.வி.வி எழுதிய நாவல். இது யதார்த்த வகை நாவலாகவும், கும்பகோணம் சௌராஷ்ட்ர இனமக்களின் வட்டார நாவலாகவும் விளங்குகின்றது. கும்பகோணம் அரசலாற்றங்கரைப் பகுதியில் ஒரு கூட்டமாக வாழ்ந்து, பட்டு நெசவுத் தொழிலையே வாழ்க்கையாகக் கொண்ட மக்களின் அன்றாடப் பிரச்சனைகள், வாழ்க்கைப் போராட்டங்கள், சமூக நிலைகள் ஆகியவற்றையும் இந்நாவல் பேசுகிறது. சௌராஷ்டிர இனமக்களின் வாழ்க்கைப் பின்னணியைக் கூற, அந்த இனத்திலேயே பிறந்து வாழ்ந்த எம்.வி.வி., நாவலின் மூன்றாவது அத்தியாயத்தைப் பயன்படுத்திக் கொண்டுள்ளார். அதில் சௌராஷ்டிரர்கள் தமிழகம் வந்த சூழ்நிலையையும், அவர்கள் மதுரை, தஞ்சாவூர், கும்பகோணம், அய்யம்பேட்டை, திருச்சி, காஞ்சிபுரம் முதலிய ஊர்களில் குடியேறி, பட்டு நெசவு செய்து வருவதையும் சொல்லி, மேலும்... "அவர்கள் தமிழகத்தோடு ஒன்றி ஆதித் தாயகத்தை முற்றிலும் மறந்து விட்டார்கள். தமிழர்களின் பல வழக்கங்களை அவர்கள் விரும்பி ஏற்றார்கள். என்றாலும் அவர்கள் தங்கள் மொழியையும் தனித் தன்மையையும் கைவிடவில்லை. வேறு சமூகத்தினருடன் மண உறவு கொள்ளவில்லை" என்கிற விவரத்தையெல்லாம் சொல்கிறார்.

வேள்வித்தீ நாவலின் கதாநாயகன் கண்ணன். இந்த மக்களின் எளிய பிரதிநிதியாக இந்நாவலில் நமக்கு அறிமுகப்படுத்தப்படுகிறான். ஏழை நெசவாளிக் குடும்பத்தில் இரண்டு அண்ணன்களுக்கும், மூன்று சகோதரிகளுக்கும் இடையில் பிறந்தவன் கண்ணன். இவனை எப்படியும் படிக்க வைத்து விடவேண்டும் என்று இவன் தந்தை கருதுகிறார். ஆனால் பள்ளிப் படிப்பையே அறிந்திராத இவன் அண்ணன்கள், இவன் படிப்பை எட்டாம் வகுப்போடு நிறுத்த ஏற்பாடு செய்து விடுகின்றனர். தறிக்குத் துணையாளாக இவனைப் பயன்படுத்திக் கொள்கின்றனர்.

தந்தை இறந்தபிறகு இரு அண்ணன்களும் தனிக் குடித்தனம் சென்றுவிட, இவன் தன் தாயுடன் வீதிக்கு வர வேண்டிய சூழல் ஏற்படுகிறது. வீதிக்கு வந்த கண்ணன், தன் உழைப்பால், திறமையான நெசவால் முன்னேறுகிறான். உறவுகள், சற்று வசதி வந்தவுடன் திரும்பவும் வருகின்றன. அவர்களை அவன் ஒதுக்கவுமில்லை; விரும்பவும் இல்லை.

தாய் இறந்ததும், தனியாக இருந்த அவனுக்கு நற்பண்புடைய கௌசலை மனைவியாக அமைகிறாள். ராஜி என்ற பெண் குழந்தையும் பிறக்கிறது. மழையின் காரணமாக அவன் நெசவுத்தறி பாதிக்கப்படுகிறது.

குடும்பம் அல்லலுற்ற நேரத்தில், கௌசலையின் தோழியான இளம் விதவை ஹேமா பண உதவி செய்ய முன்வருகிறாள். முதலில்

அதற்குத் தயங்குகின்ற கண்ணன், பின் கௌசலையின் பிடிவாதத்தால் ஒத்துக் கொள்கிறான். ஹேமாவுக்கும் கண்ணனுக்கும் இடையே உறவு ஏற்படுகிறது. தன் கணவனையும் தன்னுடைய தோழி ஹேமாவையும் முழுமையாக நம்பி, தன் குடும்பத்தின் பொருளாதாரச் சிக்கலை ஹேமா தீர்ப்பாள் என்று நினைத்திருக்கும் கௌசலை, அவள் தன் கணவனையே கைக்கொள்வாள் என்று எண்ணவில்லை. இதை அறிந்ததும் அதிர்ச்சியாகி என்ன செய்வது என்று முதலில் தடுமாறுகிறாள். கணவனைத் திருத்திவிடலாம் என்று முதலில் அவளுக்குத் தோன்றுகிறது; முயற்சி எடுக்கிறாள். ஆனால் அவன் திருந்தவில்லை என்று அறிந்ததும் தனக்குள் ஒரு முடிவினை எடுக்கிறாள். கண்ணன் தொட்ட தன் உடலையும், அவனால் பிறந்த குழந்தை ராஜியையும், வயிற்றில் இருக்கும் குழந்தையையும் அவள் அருவருப்பாகவே கருதுகிறாள். இவற்றைத் தூய்மைப்படுத்த வேறு வழி தெரியாத அவள் பொற்றாமரைக் குளத்தில் விழுந்து தன்னை மாய்த்துக் கொள்கிறாள். மனைவி இறந்த பின்னும் ஹேமாவின் உறவைத் தொடர்கிறான் கண்ணன். இப்படி எளிய சாதாரண கதையாகத் தோற்றம் தருகிற நாவல், வாழ்வின் அபத்தத்தை, மனித மனத்தின் அபிலாஷகளை, யதார்த்தமாகவும் - நுட்பமாகவும் அதே சமயம், இலக்கிய மேன்மையோடும் முன் வைக்கிறது.

வேள்வித்தீயில் நெசவுத் தொழிலாளிகள் படும் பாடுகளும் மழைக்காலத்தில் அந்தக் குடும்பங்கள் படும் இன்னல்களும் ரங்கன், கண்ணன் உரையாடல் மூலம் வெளிப்படுகிறது.

கண்ணன்:

“சொந்த நெசவு போட்டுப் பாழாப் போனேன். இந்த மழை என்னையும் கூலித்தறிக்காரன் ஆக்கிவிடும் போலிருக்கு. பாவும், ஜரிகையும் நனைஞ்சு வீணாப் போனா, முதலாளிக்குத் தானே நஷ்டம்? சட்டி சுட்டது. கையை விட்டதுன்னு நீ இருந்துவிடலாம். என்பாடு அப்படி இல்லையே? ”

ரங்கன்:

“ராத்திரா பூரா ஒரு நிமிஷம் கண்ணை மூடல்லே... நாலு குழந்தைகளும் குளத்திலே விளையாடறாப் போலே தண்ணியிலே விளையாட ஆரம்பிச்சுட்டுது...”

ஆனால் அதே சமயம் பணக்காரப் பட்டு வியாபாரிகள் வசதியான வாழ்க்கையை இந்த ஏழைமக்களின் உழைப்பில் நடத்திக் கொண்டிருக்கிறார்கள் என்பதை சாரநாதன் பாத்திரம் வழியே சொல்கிறார் எம்.வி.வி.

சாரநாதன்:

"இந்தப் பஞ்சகாலத்திலே அவர் நமக்குக் கொஞ்சம் வசதி பண்ணிக் கொடுத்தா என்ன? நம்மைப் பட்டினி போட்டுவிட்டு வேடிக்கை பார்க்கிறாரே... என்ன நியாயம்? அவர் திங்கிறதைக் குறைச்சுக்கிட்டாரா? தினம் சாயங்காலம் வெங்கடா லாட்ஜ் ஹல்வா இல்லே வருது."

இந்த நாவலில் மேலும் சில சுவாரஸ்யமான விஷயங்கள் உள்ளன. சௌராஷ்டிரர்களைப் பிராமணர்கள் என்று ஒப்புக் கொள்வதில்லை என்று தெரிந்தும் அவர்கள் தங்கள் பெயருக்குப் பின் சாதிப்பெயர் போட்டுக்கொள்ளும் வழக்கத்தைக் கொண்டுள்ளதைக் கீழ் வரும் இந்தப் பாத்திரங்கள் வழியே காண முடிகிறது.

1. கீழத்தெரு ராமசாமி ஐயர்
2. கோறாப்பட்டுக்கடை ஜெயராம ஐயர்
3. குள்ளா கிருஷ்ண ஐயர்
4. கொண்டா வீரய்யர்
5. நன்னப்ப ஐயர்
6. கிரி பத்மநாப ஐயர்

ஐம்பதுகளுக்கு முன்னால் பிறந்தவர்களின் பெயர்களுக்குப் பின்னால் சாதிப்பெயரையும் சேர்த்துச் சொல்வது வழக்கில் இருந்தது. வடநாட்டில் இன்றும் சில இடங்களில் அவ்வழக்கம் இருந்தாலும் தமிழ்நாட்டில் இன்றைய தலைமுறையினர் பெரும்பாலும் தங்கள் பெயருக்குப் பின் சாதிப்பெயரைச் சேர்த்துக் கொள்வதில்லை.

சௌராஷ்ட்டிர மொழியில் நடக்கும் உரையாடலும் இந்த நாவலில் சில இடங்களில் வருகிறது. கண்ணனைத் தேடி வரும் ரெங்கசாமி, "காய்ரே கண்ணா, சுங்கு நிஞ்சிரிஸ்தேகா? காம் வலி, ஜௌரிஸ், ஏ பில்லோ இஸ ஹு"ங்கி துளரிஸ்னா" என்று கூறிக் கொண்டே வருகின்றான். இதற்கான தமிழ் மொழிபெயர்ப்பையும் எம்.வி.வி. அடைப்புக் குறிக்குள் தருகிறார். இதைப்போல ரெங்கசாமி இன்னொரு இடத்தில், "ஹரித்யாத் காரி மொன்னூ - தூ ஹரித்யான் காரி மொன்னூ" என்று பாடிக்கொண்டு வருகிறான். கௌசலை இறந்ததும், கண்ணன் வீட்டைத் திறந்துகொண்டு உள்ளே நுழையும் ஹேமாவை, சௌராஷ்டிர மொழியில்தான் கண்ணன் யார் என்று கேட்கிறான்.

மெதுவாகக் குரல் கொடுத்தான். 'கோன்'? (யார்?) மீஸ் (நான்தான்) என்று கூறிக்கொண்டு ஹேமா உள்ளே நுழைகிறாள். இது கும்பகோணம் பகுதி சௌராஷ்டிரர்கள் பேசும் வழக்கு வட்டார மொழி. மதுரையில் இருக்கும் சௌராஷ்டிரர்கள் மொழி சற்று வேறுபடும்.

களம் வேறாய், காலம் வேறாய், கதை வேறாய் தம் நாவல்களை வெவ்வேறு அனுபவங்களாக உருவாக்கியுள்ள எம்.வி.வி.யின் அறுநூற்றுக்கும் மேற்பட்ட பக்கங்கள் கொண்ட பெரிய நாவல் 'அரும்பு'. இந்த நாவலும் சுதேசமித்திரன் வார இதழில் தொடர்கதையாக வெளிவந்ததுதான். சமூக ஏற்றத்தாழ்வு, குடும்பம் சார்ந்த பாலுறவுப் பிரச்னை இரண்டையும் உள்ளடக்கியது இந்த உளவியல் நாவல். "இந்த நாவலில் கதையம்சம் குறைவு. பாத்திரங்களின் மெண்ட்ல் ஆக்டிவிட்டீஸே நாவலை நடத்திச் செல்கின்றது" என்கிறார் எம்.வி.வி.

"மனிதனின் வாழ்க்கை அவன் செய்யும் செயல்களால் நடக்கிறது என்று சாதாரணமாக நினைக்கிறோம். அது தவறு. மனித வாழ்க்கை அவன் எண்ணுகிற எண்ணங்களால்தான் நடக்கிறது. உடலோடு உயிர் ஒட்டியுள்ளவரை மனமும் எண்ணங்களால் அலைகிறது" என்ற எம்.வி.வி. கருத்துப்படி பார்த்தால் இது எண்ணங்களால் அலைமோதும் மனிதர்கள் பற்றிய கதை. இந்நாவலில் வரும் மாதவன், சரஸா, நீலகண்டன் முதலியோர் ஒரு கோணத்தில் அறிஞர்களாகவும், மற்றொரு கோணத்தில் பைத்தியக்காரர்களாகவும் படைக்கப்பட்டுள்ளனர்.

மாதவன், மஞ்சுளா ஆகிய இருவரின் தந்தை ஜகந்நாதன். ஏழையாக இருந்து பணக்காரர் ஆனவர். பக்கத்து வீட்டு ஆசிரியர் ராமசாமி ஐந்து பிள்ளைகளின் தந்தை. வசதியான குடும்பத்தில் பிறந்து ஏழையானவர். இவரின் மூத்த பெண் ஸரஸா. ஸரஸாவும், மஞ்சுளாவும் சிறு வயது முதல் இணைந்தே வளர்ந்தார்கள். கல்லூரி வரை சென்று படித்தார்கள்.

ஸரஸாவுக்கு மஞ்சுளாவின் அண்ணன் மாதவன் மீது காதல். மஞ்சுளாவிற்கு, தன் அண்ணனின் நண்பனும் உள்ளூரில் டாக்டராகப் பணியாற்றுபவனுமாகிய நீலகண்டன் மீது காதல். இரண்டு காதலையும் ஜகந்நாதன் அறிகிறார்.

ஸரஸா குடும்பத்திற்கு உதவுவது போல, பணமும் கடன் கொடுத்து, நெய்வேலி இஞ்சினியரும், டீ.பி. நோயாளியுமாகிய கிருஷ்ணமூர்த்திக்கும் ஸரஸாவுக்குமான திருமணத்திற்கு ஏற்பாடு செய்து விடுகிறார். இந்நிகழ்ச்சி மாதவன் சென்னையில் இருக்கும்போது நிகழ்ந்து விடுகிறது. ஸரஸாவும் மௌனமாகவே இருக்க, திருமணம் நடந்து விடுகிறது.

அதே போல மஞ்சுளா நீலகண்டன் காதலையும் ஜகந்நாதன் தடுக்க நினைக்கிறார். பணத்தால் தன் காதலை அழித்ததைப் போல் தங்கையின் காதலையும் தந்தை அழிக்க நினைப்பதை மாதவன் ஏற்றுக் கொள்ளாமல், தந்தையிடம் வாதிட்டு தங்கைக்கும், நீலகண்டனுக்கும் திருமண ஏற்பாடு செய்கிறான்.

ஸரஸாவின் கணவன் கிருஷ்ணமூர்த்தி நோய் முற்றி ஸரஸா வீட்டிற்கே வந்துவிட, கிருஷ்ணமூர்த்திக்கு மருத்துவம் பார்க்க வந்த டாக்டர் நீலகண்டன் ஸரஸாவின் அழகில் மயங்கி, ஸரஸாவைத் தன் வயப்படுத்த முயலுகிறான்.

பல்வேறு வகையான மனப்போராட்டங்களால் துன்புற்றிருந்த ஸரஸா. மஞ்சுளாவின் ஒரு பேச்சைத் தவறாக எடுத்துக்கொண்டு மஞ்சுளாவைப் பழிவாங்குவதற்காக, மனத்தளவில் ஒரு மகாராணியாக உருவெடுத்துச் செயல்படுகிறாள்.

நீலகண்டனை அடியோடு ஸரஸா வெறுத்தாலும் அவனை நேசிப்பதுபோல் பாவித்து, அவனைத் தன் கைப்பாவை ஆக்குகிறாள்.

தன் கணவன் கிருஷ்ணமூர்த்தியை நீலகண்டனின் மருத்துவமனையில் சேர்த்திருந்தாள் ஸரஸா. மஞ்சுளாவுடன் நிச்சயிக்கப்பட்டிருந்த திருமணத்தை வேண்டாம் என்று சொல்லிவிட்டு டாக்டர். நீலகண்டன் சரஸாவுடன் திருக்குற்றாலம் சென்று விடுகிறான். திருக்குற்றாலம் சென்று ஸரஸாவுடன் மகிழ்வாக இருக்கலாம் என எண்ணிச் சென்றவனை, தனித்தனி விடுதிகளில் அறை எடுத்து ஸரஸா ஏமாற்றுகிறாள். ஒருநாள் ஸரஸாவின் கணவன் இறந்து விட்டதாகத் தந்திவர, அதை எடுத்துக் கொண்டு ஸரஸா தங்கியிருந்த விடுதிக்குச் சென்ற நீலகண்டன், ஸரஸா எங்கோ புறப்பட்டுச் சென்று விட்டதை அறிந்து, கவலையுற்று ஊர் திரும்புகிறான்.

திருமணம் நின்றும் மஞ்சுளா தன் பண்புகளில் இருந்து மாறாமல் ஸரஸா வீட்டிற்கு உதவுகிறாள். மாதவன் மனம் பாதிக்கப்பட்டு வீட்டில் இருக்கும் பணத்தில் ஒரு இலட்ச ரூபாயை, தங்கள் வீட்டில் வேலை பார்க்கும் பசுபதியிடம் கொடுக்கிறான். இதனைக் கேள்வியுற்ற ஜகந்நாதன் அதிர்ச்சியில் இறந்து போகிறார். மாதவன், அனைத்துப் பொறுப்புக் களையும் மஞ்சுளாவிடம் ஒரு கடிதம் மூலம் ஒப்படைத்துவிட்டு எங்கோ சென்று விடுகிறான்.

இந்த நாவலில் மாதவன், மஞ்சுளா, நீலகண்டன், ஸரஸா என்ற பாத்திரங்களின் மன ஓட்டங்களின் வழியாகவே புனைவு பயணிக்கிறது. காதல் ஒவ்வொரு மனத்திலும் வெவ்வேறு வண்ணங்களில் ஊற்றாக ரூபம் கொள்கிறது. அரும்பு போல் ரகசியங்களை மூடி வைத்திருக்கும் மனங்களின் உருவகமே 'அரும்பு'.

பாத்திரங்களின் வழியே மனித மனதின் நுண்ணுணர்வுகளில் புகுந்து புறப்பட்டு வருகிறார் எம்.வி.வி. இதை வாசிக்கும் போது ஸரஸா ஏன் இப்படி இருக்கிறாள் என்று நம் மனம் திடுக்கிடுகிறது. ஆனால், மனித மனத்தின் விசித்திரங்களுக்கெல்லாம் எல்லைகள் உண்டா என்ன...?

அரும்புகளாகப் பிறந்து, அரும்புகளாக வாழ்ந்து முடிப்பவர்கள் பற்றிய இந்தக் கதைக்கு 'அரும்பு' எனப் பெயரிட்டுள்ள எம்.வி.வி. அதை பற்றி,

"அரும்பு மலர்ச்சி பெற்றவர்களின் கதை அல்ல. மனித அரும்புகள் சிலவற்றைப் பற்றியதுதான் இந்நாவல். இதில் நடமாடுகின்ற பாத்திரங்கள் எல்லாரும் பசி, தாகம், ஆசை, பாசம், விருப்பு வெறுப்பு, கோபம், தாபம் பொறாமை உள்ள சாதாரண மக்கள். இவர்களில் யாராவது மலர்ச்சி அடைவார்களா? அதற்குரிய தகுதியாருக்காவது இருக்கிறதா என்பதை முடிவு செய்வது என் பொறுப்பு அல்ல; எனக்கும் தெரியாது" என்கிறார்.

இரு பாகமாக இந்நாவல் எழுதப்பட்டுள்ளது. முதல் பாகத்தின் இறுதியுடன் கதை சோக முடிவாக முடிந்து விடுகிறது. கதை முதல் பாகத்தோடு முடிந்தாலும் இரண்டாம் பாகம் தொடருகிறது. இரண்டாம் பாகம் ஒரே அத்தியாயத்தைக் கொண்டு பத்தே பக்கங்களில் முடிகிறது. கதையை இரண்டாம் பாகமாகத் தொடர்ந்தவர் இதை முழுமையாக முடிக்காமல் அந்தக் காலத்துப் புதுமையாக வாசகர்களின் முடிவுக்கு விட்டிருக்கிறார். வாசகன் தன் விருப்பப்படி எதை வேண்டுமானாலும் முடிவாகக் கொள்ளலாம் என்று கருதுகிறார் எம்.வி.வி.

"சிறுகதை வாழ்க்கையின் சாளரம் என்றால், நாவல் வாழ்க்கையைப் பிரதிபலிக்கும் நிலைக் கண்ணாடி. வாழ்க்கையின் சிக்கல்களை, அதன் உயர்வை, அதன் சிறுமைகளை உலாவும் பாத்திரங்களான மனிதக் கூட்டத்தின் சலனத்தில் அவற்றின் குண விஸ்தாரத்துடன் சிருஷ்டிப்பதுதான் நாவல். நாவலுக்குக் கால எல்லை கிடையாது." புதுமைப்பித்தனின் இந்தக் கூற்று எம்.வி.வி.யின் எல்லா நாவல்களுக்கும் பொருந்தும்.

ஒன்றுக்கொன்று தொடர்புபடுத்திப் பார்க்க ஏதுவான இரட்டை நாவல்களான 'இருட்டு', 'உயிரின் யாத்திரை' இரண்டும் சமூக நாவலாகவும் ஆன்மிக நாவலாகவும் கொள்ளத் தக்கவை. எம்.வி.வி. எழுதிய ஆன்மிக நாவல்களில் முதலில் எழுதிய நாவல் இருட்டு. இது சுதேசமித்திரன் வாரப் பதிப்பில் வெளிவந்தது. ஃப்ளாஷ் பேக் உத்தியில் எழுதப்பட்ட நாவல் இது.

தீய சக்திகள் ஒருவர் உடலில் நுழைந்து கடவுள் மறுப்புக் கொள்கைகளை அவர்மூலம் பிரச்சாரம் செய்யச் சொல்லுகின்றன என்று கதையைக் கொண்டு செல்கிறார். இத்தீய சக்திகள் எவ்வித நோயுமில்லாத மனிதர்களை இறுதியில் மரணத்தில் கொண்டு செலுத்தி விடும் தன்மை கொண்டவை என்கிறது நாவல்.

கடவுள் நம்பிக்கை இல்லாதவர்கள் தீய சக்திகளுக்கு ஆட்படுகிறார்கள் என்றும், அவர்கள் வாழ்வில் எப்படியெல்லாம் அவலம் ஏற்படுகிறது என்று நாவலில் சித்திரிக்கின்றார். அதற்கு மாறாக இறை நம்பிக்கை கொண்டோர், வாழ்க்கையில் தீயசக்திகளை வென்று அமைதியை அடைகின்றனர் என்று இந்நாவலின் பாத்திரங்களான கூத்தரசு, வெண்ணிலா ஆகியோர் மூலம் விளக்குகிறார்.

ஆஸ்திகம், நாஸ்திகம் என்ற இரண்டுக்குமான உரையாடல், அல்லது கடவுள் பக்தியை வலியுறுத்த எழுதப்பட்ட நாவல் இருட்டு என்று சொல்லலாம். வழக்கமான நாவல்களிலிருந்து இதுவும் வேறுபட்ட ஒன்று.

கோயில்களை எல்லாம் ஒழித்துவிட்டு பகுத்தறிவின் மூலம் மக்களை உய்விக்க முடியும் என்று நம்பும் கூத்தரசு. அவனோடு ஒத்த கருத்து கொண்ட வெண்ணிலாவை ஒரு மேடையில் சந்திக்கிறான். இருவரும் காதல் கொள்கிறார்கள். கோயில்களையெல்லாம் திட்டியவாறு சுடுகாட்டில் போய் தங்கள் காதலைச் சொல்லி உறுதி செய்து கொள்கிறார்கள். பாவம் பகுத்தறிவு அவர்களை அந்தப் பாடு படுத்துகிறது. பிறகு சுக போகத்தில் செல்கிறது சில காலம். போகத் திளைப்பிலேயே கூத்தரசு பலவீனமாகி விடுகிறான்.

ஒருநாள் இரவு இருட்டில் இருவரும் படுத்திருக்கும்போது பக்கத்தில் படுத்துக் கொண்டிருந்த வெண்ணிலாவின் கை வேறு, கால் வேறு, தலை வேறாகக் கிடப்பது தெரிகிறது. எழுந்து விளக்கைப் போட்டால் அவள் முழு உடம்பாக இருக்கிறாள். அழகாகத் தூங்குகிறாள். விளக்கை அணைத்தால் மறுபடியும் அந்தக் கோரம் கண்ணில் படுகிறது. ‘என்னாடா இது’ என்று திகிலும் சஞ்சலமுமாக வெளியே ஓடுகிறான் கூத்தரசு. டாக்டர் அம்பலவாணரைப் போய்ச் சந்தித்து நடந்ததைச் சொல்லி என்ன செய்யலாம் என்று கேட்கிறான். வெண்ணிலாவின் முன்பு ஒரு இராமர் படத்தைக் காட்டுகிறார் அவர். அதை உற்றுப் பார்த்துவிட்டு, உடம்பை யாரோ முறிக்கிறாப்போல துடிதுடித்து வீழ்கிறாள். டாக்டர் அம்பலவாணர் கூத்தரசைத் தன் பூஜை அறையில் வைத்து ராமஜபம் செய்யச் சொல்கிறார். இங்கோ வெண்ணிலாவின் உடம்பு எரிகிறது. கூத்தரசு புலன்களுக்கெட்டாத அனுபவத்தை உணர்கிறான். அவன் பகுத்தறிவுக் கொள்கையை விட்டுவிட்டானே என்ற கோபத்தில் ஊருக்குப் போய்விடுகிறாள் வெண்ணிலா. பின் என்னென்னவோ கண்டுபிடிக்க முடியாத தொந்தரவுகள் அவளுக்கு. மூளையில் கட்டி என்கிறார் உள்ளூர் டாக்டர். அம்பலவாணர் எடுத்த எக்ஸ்ரேயில் பேய் சூழ்ந்த நோயாகத் தெரிகிறது. சென்னை டாக்டர் எடுக்கும் எக்ஸ்ரேயில் மூளைக்கட்டி தெரிகிறது. கடைசியில் ஆப்ரேஷன் செய்கையில் வெண்ணிலா இறந்து போகிறாள்.

இந் நாவலில் இருட்டை ஒரு நோயாக்கி அந்நோய்க்கு ராம ஜபமே மருந்து என்று ஒரு டாக்டரையே சொல்ல வைக்கிறார். தலைப்பே ஒரு குறியீடாய்ச் செயல்படுகிறது. ஒரு வகையில் நாஸ்திகமே அக இருட்டு என்று சொல்கிறார்.

பொதுவாகக் கண்மூடித்தனமாக ஒன்றை நம்புகிறபோது, இன்னொன்றில் இருக்கும் ஆக்கப்பூர்வத்தை, வரித்துக்கொண்டதில் உள்ள பிடிப்பின் மமதை மறைத்துவிடுகிறது. எம்.வி.வி. எதைச் சொன்னாலும் அதை விறுவிறுப்பாக சுவாரஸ்யமாக தேர்ந்த நடையில் சொல்லிவிடுபவர் என்பது இந்த நாவலிலும் ஊர்ஜிதமாகிறது.

அதீத மனோபாவ உணர்ச்சிச் சித்திரங்கள் நிறைந்த ‘உயிரின் யாத்திரை’ நாவலும் சுதேசமித்திரன் வார இதழில் வெளிவந்ததுதான். காதுகள் போலவே தமிழில் அதற்கு முன்பு இது போன்ற நாவல் இல்லை என்று சொல்லலாம். ‘உயிரின் யாத்திரை’யை ஒரு வகையில் ‘இருட்டி’ன் தொடர்ச்சி என்று நாம் கொள்ளக் கதை இடம் தருகிறது.

ராஜா, ராணி இருவரும் அன்பான கணவன் மனைவியாக வாழ்கிறார்கள். ராணிக்குக் காய்ச்சல் வருகிறது. மிகக்கடுமையான காய்ச்சலால் ராணி இறந்துவிடக்கூடும் என்ற நிலை உருவாகிறது. இரவு மூன்று மணிக்குப் பிறகுதான் கூறமுடியும் என்று கூறிவிட்டு டாக்டர் மாலையிலேயே விலகிக் கொள்கிறார்.

இரவு இரண்டரை மணிக்கு சாவு அவளுக்கு வந்து விடும் போன்ற பிரமை ராஜாவுக்கு உண்டாகிறது. அந்த நேரத்தில் ராஜாவின் நண்பன் கோபு வீட்டுக்குள் நுழைகிறான். ‘ராஜா இந்தப் பக்கம் வா. ராணி பிழைப்பாள்’ என்றுகூறி ‘திருவாரூர் சதாசிவம்’ என்பவரை அறிமுகப்படுத்தி அவரிடம் இருந்து மருந்து வாங்கித் தருகிறான். சதாசிவம் கொடுத்த மருந்தை வெந்நீரில் கலந்து அவள் வாயில் ஊற்றுகிறான். மூன்று மணிக்கு உயிர் பிரிந்துவிடுமோ என்று கவலைப்பட்ட அவனுக்கு, பொழுது விடிந்தும் ராணி உயிரோடு இருப்பதும், டாக்டர் வந்து பார்த்து ராணி பிழைத்துவிட்டாள் என்று கூறியதும் வியப்பாக இருக்கிறது.

சதாசிவத்தைச் சந்தித்து ஆசி பெறுகிறான் ராஜா. அவருடைய நட்பு அவனுக்கு மனமகிழ்ச்சியைத் தருகிறது. ஒருநாள், மீனா என்ற பெண்ணைக் காதலிப்பதாகவும், அவளை மணந்து கொள்ள அவன் தந்தை எதிர்ப்பு தெரிவிப்பதாகவும் பிறகு மீனா எவனுடனோ ஓடி விடுவதாகவும் ராஜாவுக்கு ஒரு கனவு வருகிறது.

கனவைச் சதாசிவத்திடம் சென்று சொல்லத் தொடங்கும் முன்பே அவன் கனவு கண்டதைப் பற்றி அவரே சொல்ல அவனுக்கு வியப்பாக

இருக்கிறது. இக்கனவு அவனுடைய சென்ற பிறவியின் கதை என்றும், சென்ற பிறவியில் இவர்தான் அவனுடைய தந்தை என்றும் சொல்கிறார்.

சதாசிவத்துக்கும், ராஜாவுக்கும் ஏற்பட்ட நெருக்கம் அதிகமாகிறது. ஒருநாள் ராஜா சதாசிவத்தைப் பார்க்க அவர் வீட்டுக்குச் செல்கிறான். சதாசிவம் வீட்டில் இல்லை. அவர் மனைவி லீலா இருக்கிறாள். அவளைப் பார்த்ததும் ராஜா திடுக்கிறான். அவள்தான் அவன் கனவில் கண்ட மீனா. அவள் அவனைக் கண்டதும் காதல் வார்த்தைகளைப் பேசி அவனை அடைய நினைக்க அவன் தப்பி ஓடுகிறான்.

மறுநாள் ராஜா, சதாசிவத்தின் மனைவி லீலா, கோபுவுடன் ஓடிவிட்டதாகக் கேள்விப்பட்டு அவரைப் பார்க்கப்போகிறான். அவர் தியானத்தில் இருக்கிறார். அவர் இறந்து விட்டதாக எண்ணி அவன் வருந்துகையில் அவர் விழித்து அவனுக்கு உபதேசத்தை அருளிவிட்டுப் புறப்பட்டுப் போய்விடுகிறார்.

ராஜா, தன் முற்பிறவித் தந்தையாகிய திருவாரூர் சதாசிவத்தைச் சந்திப்பதும், அவர் கொடுக்கும் ஒரு மருந்தால் தன் மனைவி ராணியைப் பிழைக்க வைப்பதும், திருவாரூர் சதாசிவத்தின் மனைவி லீலா உருவத்தில் தீயசக்தி ஒன்று ராஜாவை வழிமறிப்பதும் இவை எல்லாம் நடக்குமா என்பது கேள்வி இல்லை. நாவலில் அவை நடக்கின்றன. நீங்கள் நம்பாதவையும் - எதிர்பாராதவையும் - உங்களுக்குப் பிடிக்காதவையும் இந்த உலகில் நடந்துகொண்டுதானே இருக்கின்றன.

எம்.வி.வி.யின் காதுகள் நாவல் ஒப்புமை சொல்ல இயலாத, தமிழில் முன்னெப்போதும் யாராலும் அதுபோல் எழுதப்படாத ஒரு தனித்துவமான நாவல். பரீட்சார்த்த நாவல் என்றும் இதைச் சொல்லலாம். காதுகளில் சதா ஒலிக்கும் சகிக்க முடியா ஒலிகளால் மனப்பிறழ்வுற்ற கதாநாயகன் முருகனோடு அப்படி பேசிக் கொண்டிருப்பதாக நான் அறிந்தவரை எந்தத் தமிழ் நாவலிலும் கண்டதில்லை. ஒரு வகையில் காதுகள் அவரது சுயசரிதை நாவலாகும்.

இருட்டு, உயிரின் யாத்திரை ஆகிய நாவல்களிலும், சில பல சிறுகதைகளிலும் வெளிப்படுத்திய ஆன்மிகப் பிரச்னைகளை, காதுகளில் முழு அளவில் வெளிப்படுத்தியுள்ளார் எம்.வி.வி. மனம் இவ்விதம் பழுது படும் ஒருவன், தன்னை மறப்பது இயல்பானது. ஆனால் அந்தச் சூழலிலும், ‘தான்’ என்ற உணர்வு பிசகாமல் இருந்துள்ளார் எம்.வி.வி. அதோடு மட்டுமல்லாமல் அதை மறுபடி நினைவில் கொண்டுவந்து, எழுத்திலும் பதிவு செய்துள்ளார். இந்த நாவல் மனோதத்துவ மருத்துவ இயலுக்கு எம்.வி.வி. அளித்த கொடை என்று கூடக் கூறலாம். ஏனெனில், ஆடிட்ரி ஹலூசினேஷன் தொடர்பாக, தமிழில் அதற்கு முன்பும் அதற்குப் பின்பும் எந்த நாவலும் எழுதப்படவில்லை.

காதுகள் மதுரையில் இருந்து 1977ஆம் ஆண்டு வெளிவந்த 'பாலம்' இதழில் குறுநாவலாக வெளிவந்து, பாலம் இதழ் நின்ற பின்பு நூல் வடிவில் வரும்போது முழுமைபெற்றதாகும். இது 1993ஆம் ஆண்டிற்கான சாகித்திய அகாதெமி விருதினைப் பெற்ற நாவல்.

நாவலின் சுருக்கம் இதுதான். மகாலிங்கம் கும்பகோணம் நகரில் வாழ்கின்ற ஒரு நடுத்தர வயதினன். அவனுக்கு மனைவியும், ஐந்து பிள்ளைகளும் உள்ளனர். பெரும் பணக்காரக் குடும்பத்தில் வசதியாகப் பிறந்து வளர்ந்த மகாலிங்கம், தந்தையின் கடைசிக் காலத்தில் தொழிலில் பேரிழப்பு ஏற்பட ஏழையாகிறான்.

குடும்பமும் வறுமையும் சேர்ந்து வளர்கிறது. மனைவி ஆறாவது பிரசவத்திற்காக அல்லல்படும் நேரத்தில் மகாலிங்கத்தின் காதுகளில் ஆண்குரலும், பெண்குரலுமாக பல்வேறு குரல்கள் காதுகளில் ஒலிக்கத் தொடங்குகின்றன. ஆபாசமாகவும் - பயங்கரமாகவும் இருபத்து நாலு மணி நேரமும் அவை கத்தத் துவங்குகின்றன. அதைத் தொடர்ந்து, கற்பனை செய்ய முடியாத கோரமான உருவங்களும் அவனைச் சூழ்ந்திருந்தன. மகாலிங்கம் நிலைகுலைகிறான். ஆனால், அவனுடைய புத்தியோ, நான் என்னும் உணர்வோ சிறிதும் பிசகவில்லை. மகாலிங்கம் முருக வழிபாட்டில் மிகுதியான ஈடுபாடுடையவன். காதில் ஒலித்த காளியின் குரல் அவனை முருக வழிபாட்டை விட்டுவிட்டுத் தன்னை வழிபடச் சொல்லுகிறது. அவனைக் காதலிப்பதாகச் சொல்லுகிறது. அவனை முழுநேரமும் தொல்லை செய்கிறது.

அவன் இது ஏதோ தீயசக்தியின் செய்கை என்றறிந்து ஞானிகள் பலரைச் சந்தித்து இதில் இருந்து விடுபட வழிகேட்கிறான். அவர்கள் தங்களுக்குரிய முறையில் அவனுக்குத் தீர்வு கூறுகின்றனர். ஆனாலும் காதுகள் பிரச்சனை தீரவில்லை.

மனைவி ஆறாவது குழந்தையைப் பெற்றெடுக்கிறாள். குழந்தை இறந்தே பிறக்கிறது. குழந்தையைப் புதைப்பதற்குக் கூட அவனிடம் பணம் இல்லை. எனவே ஒருபையில் கட்டிவந்து வீட்டுத் தோட்டத்திலேயே தானே புதைக்கிறான்.

இந்த நிலையிலும் அவன் காதுகள் தொல்லை கொடுத்துக் கொண்டே உள்ளன. காதுகளில் நாடகம், விமர்சகர் குரல், நாடகம் பார்த்து வரும் ஆண், பெண் குரல்கள் எனப் பல குரல்கள் ஒலிக்கின்றன.

மீண்டும் அவன் மனைவி கருவுறுகிறாள். கரு கலைக்கப்பட்டதில் அவள் நடக்க முடியாதவளாக, தவழ்ந்து செல்கின்ற நிலைக்குச் செல்கிறாள். விடுபட்ட தொழிலைச் செய்ய ஓர் உறவினன் வந்து அழைக்கிறான். ஆனால் காதுகளில் ஏற்பட்ட பிரச்சனையால் அந்தப்

பேச்சுவார்த்தையிலும் முழுமையாக ஈடுபட முடியாமல் தோல்வி ஏற்படுகிறது.

மனைவி பிரசவத்திற்குப் போகும்போது எல்லாம் குடும்பத்தைக் கவனித்துச் செயல்படுத்தும் பெரிய மகள் சாவித்திரி நோய்வாய்ப் படுகிறாள். மகள் சாவின் வாயிலுக்கு அருகில் சென்றுவிடுகிற நிலையில் வீட்டை விட்டுப் புறப்பட்டு, வேத நாராயணன் கோயில், நாகேசுவரன் கோயில் ஆகியவற்றுக்குச் செல்கிறான். நாகேசுவரன் கோயிலில் முருகன் சந்நிதியில் நீண்டநேரம் முருகனுடன் பேசுகிறான்; வழிபடுகிறான்.

இறுதியில் மனத் தெளிவு ஏற்பட்டு டாக்டரைப் பார்க்கச் செல்கிறான். வழியிலும் மாயத் தோற்றங்கள், குரல்கள். மகள் இறந்து விட்டதாகச் செய்திகள் அவன் காதுகளில் ஒலிக்கின்றன. டாக்டர் எம்.கே. சுப்பிரமணியத்தைச் சென்று பார்க்கிறான். டாக்டர், 'இப்போதுதான் சாவித்திரியைப் பார்த்து வந்தேன். நலமாக இருக்கிறாள்' எனக் கூற மகிழ்ச்சியோடு வெளியே வருகிறான் மகாலிங்கம்.

'காதுகள்' நாவலை டிரான்ஸ்கிரஸிவ் எழுத்து வகை என்று சாருநிவேதிதா குறிப்பிடுகிறார். நேச்சரலிஸம், ரியலிசம், ரொமாண்டிசிசம், மேஜிக்கல் ரியலிசம், சர்ரியலிசம் போன்ற பல வகைப்பட்ட எழுத்துகளில் டிரான்ஸ்கிரஸிவ் எழுத்து வகையும் ஒன்று. உலக அளவில், இந்த வகை எழுத்துக்களில் ஈடுபட்டவர்கள் குறைவு. இவ்வகை எழுத்தில் ஈடுபட்டவர்களை விரல்விட்டு எண்ணிவிடலாம். பதினெட்டாம் நூற்றாண்டைச் சேர்ந்த மார்க்கி தெ சாத், அமெரிக்காவைச் சார்ந்த வில்லியம் பர்ரோஸ், கேத்தி ஆக்கர், சார்ல்ஸ் ப்யூகோவ்ஸ்கி, பிரான்ஸ் நாட்டைச் சார்ந்த ஜார்ஜ் பத்தாய் போன்ற ஒரு சிலரே இந்தப் பாணியில் எழுதியுள்ளனர். டிரான்ஸ்கிரஸிவ் எழுத்தைப் பற்றிச் சுருக்கமாகச் சொன்னால், எதையெல்லாம் சமூகம் பாவம் என்று ஒதுக்கி வைக்கிறதோ, விவாதிப்பதற்கே கூட அஞ்சுகிறதோ அதை எழுதுவதே ஆகும். இந்த வகை எழுத்தை இலக்கியத்தின் ஒரு பாணியாக மட்டுமே கருதி, ஒருவர் எழுதிவிட முடியாது. ஏன் என்றால் அது அவரது புகழையும் அந்தஸ்தையும் நற்பெயரையும், ஏன் இன்னும் சொல்லப் போனால் மொத்த வாழ்க்கையையுமே பலியாகக் கேட்கும் தன்மை கொண்டவை என்கிறார் சாருநிவேதிதா.

தமிழில் மாயூரம் வேதநாயகம் பிள்ளை எழுதிய 'பிரதாப முதலியார் சரித்திர'த்திற்கு ஓராண்டுக்கு முன்பே கவிதை நடையில் 'ஆதியூர் அவதானி சரிதம்' என்ற பெயரில் பேராசிரியர் தூ.வீ. சேசையங்காரால் எழுதப்பட்டு அது 1875ஆம் ஆண்டில் வெளிவந்தது. செய்யுளில் எழுதப்பட்ட நாவல் (An Original Tamil Novein in Verse) என்ற குறிப்போடு வெளிவந்த இந்நாவல், அன்றைய இலக்கிய மரபை

ஒட்டி, செய்யுளைத் தனது ஊடகமாகக் கொண்டாலும், பொருளளவில் சமகாலத்ததாகவே திகழ்ந்தது.

'...நானோ வெனில் நமது வித்துவான்கள் வழக்கமாயிறங்கும் துறைகளை விட்டுக் காலத்தியற்கையைத் தழுவி புதுத்துறையில் காலிட்டேன்... இதில் அடங்கிய சங்கதிகள் பல இந்துக் குடும்பங்களில் இக்காலத்தில் உள்ளவைதாம். ஆதலால் இது, பொய்ப் பெயர்பூண்டு, மெய்ப்பொருள் காட்டும்' என்று ஆதியூர் அவதானி ஆசிரியர் தம் முன்னுரையில் குறிப்பிடுகிறார்.

மாயூரம் வேதநாயகம் பிள்ளையோ தன்னுடைய பிரதாப முதலியார் சரித்திரத்தை வசனகாவியம் (Prosaic Epic) என்ற பெயரில் குறிப்பிடுகிறார். இப்படித் துவங்கிய தமிழ் நாவல் மரபு பல புதுமைகளைக் கண்டது. அதில்தான் எம்.வி.வி. டிரான்ஸ்கிரஸிவ் வகை நாவல் என்ற புது வகைமையை தமது காதுகள் நாவல் மூலம் தமிழுக்குத் தந்தார்.

காதுகள் பற்றி எம்.வி.வி. சொல்லும் போது,

"முருகன் என்கிற தெய்வத்தை குருவாக வரித்து, அவரைக் கண்டுபிடித்துவிடவேண்டுமென்று, எனக்குத் தெரிந்த பல வழிகளில் நான் முயற்சி செய்துகொண்டு இருந்தேன். அதனால் அவர் சந்தோஷப்பட்டு, ஒரு கோஷ்டி வேதாளங்களை அனுப்பிவிட்டார் போல் இருந்தது. அவை எல்லாம் சேர்ந்து என்னுடைய மூளையின் மரைகளை ஒவ்வொன்றாகக் கழற்ற ஆரம்பித்து விட்டன. வேறு யாருக்கும் கேட்காத ஒலிகளை எல்லாம், நான் கேட்க ஆரம்பித்தேன். வேறு யாரும் கற்பனை செய்ய முடியாத காட்சிகள், எனக்குத் தெரிந்தன. எனக்குப் பைத்தியம் பிடித்திருக்கிறதா, அல்லது பிடிக்கப் போகிறதா? என்று, என்னால் நிர்ணயிக்க முடியாத நிலைமை. வறுமை ஒரு பக்கம் என் காலைக் கவ்விக்கொண்டிருந்தபோது, அதே நேரத்தில், என் தலையை யாரோ திருகிக் கொண்டிருந்தார்கள்" என்று குறிப்பிடுவார்.

அவர் எழுதி முற்றுப் பெறாமல், இப்போது அச்சில் இருப்பது மீ காய் கெரு நாவல். எண்பத்தொன்றுக்கு முன்னால் தஞ்சை பிரகாஷின் வற்புறுத்தலால் எழுதப்பட்டது. சௌராஷ்டிர மொழியில் நாவல் எதுவும் எழுதப்பட்டிருக்கிறதா என்று ப்ரகாஷ் எம்.வி.வி.யிடம் அவர் கேட்க, இவர் இதுவரை இல்லை என்று சொல்ல, 'நீங்கள் முதலில் அதைத் தொடங்குங்கள். உங்களுக்கு வெளியிட இருக்கவே இருக்கிறது சௌராஷ்ட்ரமணி. பாத்துக்கலாம், ஜமாய்ங்க சார்' என்று சொல்ல எம்.வி.வி. சௌராஷ்டிர மொழியின் பேச்சு வழக்கிலேயே நாவலை எழுத ஆரம்பிக்கிறார். ப்ரகாஷ் அவ்வப்போது, 'அது என்ன சார் ஆச்சு? என்று கார்டு போடுவாராம். "நேரா வாங்கய்யா விவரமா சொல்றேன்"

என்று அவரை தபாலில் அழைத்து, ‘அது சௌராஷ்டிர மொழில எழுதறது பல வழில சரியில்ல. முதல்ல தமிழ்ல்ல எழுதினாதான் இந்தச் சமூகத்து விஷயம் எல்லார்க்கும் போகும். எனக்கென்னவோ அதுல எழுதறது சரியாப் படல்ல... அதனால நான் தமிழ்ல எழுத ஆரம்பிச்சிட்டேன்’ என்று சொல்லி ஏ4 சைஸ் பேப்பரில் ஐம்பத்தைந்து பக்கங்கள் எழுதியிருக்கிறார். ஆனாலும் ‘மீ காய் கெரு’ முற்றுப் பெறாமலே நின்று விட்டது. அதன் கையெழுத்துப் பிரதியை எப்படியோ எம்.வி.வி பேரன் பாஸ்கர் தேடிக் கண்டுபிடித்து என்னிடம் தந்துவிட்டார். தற்போது அந்த நாவல் விரைவில் பிரசுரம் செய்யப்பட உள்ளது.

கதைகளிலும் சரி, நாவல்கள் குறுநாவல்களிலும் சரி, எம்.வி.வி. ஒரு சில வரிகளுக்குள் ஒரு விஷயத்தை நம் மனசில் தைக்கப் புலப்படுத்துபவர். அவர் நடைக்குப் பலப்பல உதாரணங்களைச் சொல்ல முடியும். நாவல்களை நாம் எடுத்துக் கொள்ளலாம்.

அரண்மனை முழுவதும் அழகான பெண்களைக் கொண்டு அயோத்தி அரசன் ஹர்யஸ்வன் வாழ்ந்து கொண்டிருக்கிறான். இருந்தும் மாதவியைக் கண்டதும் அவன் பார்க்கும் பார்வையை எம்.வி.வி. இப்படி விவரிக்கிறார்.

“காமம் உமிழும் விழிகளால் அவளைப் பார்வையிட்டான் அரசன். ஆட்டுக் குட்டியைப் பிடிக்கப் போகும் மலைப் பாம்பு போன்று அவனுடைய கண்கள் அவள் மீது மெதுவாக ஊர்ந்தன”.

‘ஒரு பெண் போராடுகிறா’ளில் ஜஸ்மாவை அறிமுகப்படுத்தும் போது, சித்தராஜனின் பார்வையில் இருந்து அவளை வருணிக்கிறார் எம்.வி.வி.

“இரண்டு கண்கள் தன்னை விழுங்க முயலுகின்றன என்ற உணர்வே இல்லாதவளாய் மேலாடையைப் புழுதி போக விசிறி உதறி கச்சையைத் தளர்த்தி மார்பகத்தைக் காற்றாட்டினாள். அருகில் இருந்த மற்றொரு பெண்ணிடம் ஏதோ சொல்லிச் சிரித்தவாறு, இறுகக் கட்டியிருந்த இடுப்புச் சேலையை மேலும் இறக்கியபோது சித்தராஜன் மூச்சுவிடவே திணறினான்”.

இப்படியெல்லாம் எழுதும் எம்.வி.வி.யின் மொழி ஆன்மிகம் தத்துவம் என்று வருகிறபோது, எப்படி ரூபம் கொள்கிறது பாருங்கள். ‘உயிரின் யாத்திரை’ கதைத் தலைவி ராணிக்கு நோய் ஏற்பட்டு மரணத்தின் வாசலில் நிற்கிறாள். அவள் உயிர் உடல் என்னும் சத்திரத்தை விட்டுப் பிரிய மாபெரும் போராட்டம் நடத்துகிறது. அப்போது மாயை மருட்டுகிறது. இந்த மாயையிடம் இருந்து விடுபட்டு, இறைவனின் திருவடியை எண்ணும்போது, மாயையின் பல்வேறு கோர உருவங்கள் வெளிப்பட்டு

மருட்டுதல் பயங்கரமாகின்றது. மனிதன் இறைவனை நோக்கிக் கதறுகிறான் என்பதை விளக்க வந்த எம்.வி.வி. மாயை தடுத்த நிலையைக் கதைத் தலைவன் ராஜா மூலம் விளக்கி, திருவாரூர் சதாசிவம் மூலம் பதிலளிக்கிறார்.

"வாசலில் என்னைத் தடுத்ததே அது என்ன?"

"அது மாயை: அறியாமையின் கோர வடிவம். உன் சீவனுள் சிவ மணம் பூக்கும் வேளை வந்து, நீ இங்கு வருவதை அறிந்து, வழிமறித்துத் தடுத்தது. உயிர்களை வினைக்குழியில் தள்ளி அறியாமை இருளில் ஆழ்த்துவதுதான் அதன் வேலை, அறிவு தேடி வந்த உன்னையும், வினைவழித் திருப்ப முயன்றது. தெய்வம் உன்னைக் காத்தது."

"காதுகளில்" மகாலிங்கத்தின் காதுகளை அதன் மூலம் ஏற்படும் உபாதைகளை இப்படிச் சொல்கிறார். "எல்லோருக்கும் இருப்பது போலவே மகாலிங்கத்துக்கும் இரண்டு காதுகள் இருக்கின்றன. முறம்போல் விரிந்த யானைக் காதுகளோ, நீளமான கழுதைக் காதுகளோ, கோணிச் சுருண்ட தேவாங்குக் காதுகளோ அல்ல. தலைக்குப் பாந்தமான அழகிய காதுகள். வீட்டுக்குச் செல்லப்பிள்ளையான அவனுடைய குழந்தைப் பிராயத்தில் இந்தச் செவிகளை வைரக் கடுக்கன்கள் போட்டுக் கௌரவித்தார்கள். கேட்க வேண்டியதைக் கேட்டுக் கொண்டு தெய்வமே என்று கிடக்கும் சாதுக் காதுகளாகத்தான் அவை தோற்றம் தருகின்றன. ஆனால் சில ஆண்டுகளுக்கு முன்னால் அவை உலகத்தில் எங்கும் கேட்கவும் கிடைக்காத அதிசயமாகப் பெரும்புரட்சி செய்யலாயின".

இப்படி நாவல்களில் கையாளப்படும் நடை மற்றும் விவரணைகளில் மட்டுமல்ல; உரையாடல்களும் அப்படிக் கச்சிதமாக சொற்ப வரிகளில் அமைந்திருக்கும். அயோத்தி அரசன் ஹர்யஸ்வன் மாதவிக்கு இடையிலான உரையாடல் அயோத்தி மன்னன் யார் என்று நமக்குப் புலப்படுத்தி விடுகிறது.

"இவர்கள் எல்லோரும் என் நாயகிகள். எல்லோர்க்கும் நீதான் அரசாணி"

"இவ்வளவு பேருமா உங்கள் நாயகிகள்?"

"ஆம்!"

"அயோத்தியின் சக்கரவர்த்திதானே ராமபிரான்? அவர்தானே ஏகபத்தினி விரதத்தை இறுதிவரை கடைப்பிடித்தார்? அந்த புருஷோத்தமன் ஆண்ட நாட்டிலா நீங்கள்" என்று இராமனோடு ஹர்யஸ்வனை ஒப்பிட்டு மாதவி பேசுகிறாள்.

'அரும்பு' நாவலில் என்ஜினியர் கிருஷ்ணமூர்த்தி, மாதவன் இருவரும் உரையாடும்போது உலக நிலையாமையும், மனிதனின் இயலாமையும் புலப்படுகின்றன.

"எதற்காக மரணத்தை எதிர்பார்க்கிறீர்கள்?" என்று ஆரம்பித்தான் மாதவன்.

"நாமா எதிர்பார்க்கிறோம்? எங்கோ போவதாக எண்ணிக்கொண்டு நாம் எல்லோருமே மரணத்தின் வாய்க்குள் போய் விழுகிறோம். நம்மால் எதையும் நிறுத்த முடியாது" என்று கிருஷ்ணமூர்த்தி பதிலளிக்கிறான்.

'இருட்டு' நாவலில் வெண்ணிலா பற்றி டாக்டர் அம்பலவாணன் கூத்தரசுவிடம் விசாரிக்கிறார். அவரும், அவனும் உரையாடும்போது வெண்ணிலாவின் நோய்க்கான காரணம் வெளிப்படுகிறது.

"அவள் ரொம்பவும் அழுகிறாளா? "

"ஆம். உங்களுக்கு எப்படித் தெரியும்? "

"இந்தக் கோளாறு உள்ளவர்களின் தன்மை அது. அவர்களுக்குக் கோபம், காமம் முதலிய உணர்ச்சிகள் அதிகம் ஆகும். அவர்கள் ஆசை நிறைவேறாவிட்டால் அடிக்கடி அழுவார்கள். கேவலமான பாஷையில் பேசுவார்கள். என்னைத் திட்டினாளா?" என்று டாக்டர் கேட்க, கூத்தரசு வியந்து போகிறான்.

எம்.வி.வி. தன் நாவல்களில் ஆண் பாத்திரங்களை விடப் பெண் பாத்திரங்களுக்கே அதிக முக்கியத்துவம் தருகிறார். பெண் விடுதலை போன்ற கருத்துரு உருவாகாத காலத்திலேயே அவருடைய சில கதைகளும் பெரும்பாலான நாவல்களும் பெண்ணினத்திற்கு இழைக்கப்படும் கொடுமைகளுக்கு எவ்விதப் பிரச்சாரத் தன்மையுமின்றி எதிர்த்துக் குரல் தருகின்றன.

நாவல்களில் பாத்திர வடிவமைப்புக்கே அவர் மிகுந்த முக்கியத்துவம் தந்துள்ளார். இதிகாசங்களிலும், வரலாற்றிலும் வரும் மிகச்சிறிய பாத்திரங்களைக் கூட நாவலின் பிரதான பாத்திரங்களாக்கி மூலத்தில் இல்லாத சில குணங்களைக் கற்பனையாய்ச் சேர்த்து விரிவுபடுத்தியிருக்கிறார்.

பல எழுத்தாளர்களுக்கு, தன்னோடு பழகிய பேசிய நண்பர்களை, அபூர்வமான சில உறவுகளை நேரிடையாகவோ - மறைமுகமாகவோ தன் எழுத்தில் கொண்டு வரும் பழக்கம் உண்டு. தி. ஜானகிராமன் தன் மோகமுள் நாவலில், கும்பகோணம் கல்லூரியில் படகோட்டியாக இருந்த அமாவாசை, நகர மேல்நிலைப் பள்ளிக்கெதிரே அன்று தொண்டர் கடை

வைத்திருந்த தொண்டரடிப்பொடி, எம்.வி.வி. ஆகியோர்களைப் பாத்திரங்களாக ஆக்கியுள்ளார். இது தவிர மேலும் சில நிஜப் பாத்திரங்கள் அவர் படைப்புகளில் உண்டு என்பதை அவர் மகள் உமா சங்கரி மூலம் அறிந்தேன். அதை எம்.வி.வி.யின் படைப்புகளிலும் காண முடிகிறது. தம்முடைய எட்டு நாவல்களிலும் சரி, சிறுகதைகளிலும் சரி... தம்மைச் சுற்றி வாழும் மனிதர்களை தம்மோடு பழகிய மனிதர்களை, நேரிடையாகவே சிலரை அப்பெயரிலேயே பாத்திரங்களாகவும், சிலர் பெயரை மாற்றியும், சில ஆண்களைப் பெண்களாகவும், பெண்களை ஆண்களாகவும் மாற்றிப் படைத்துள்ளார்.

'இருட்டு' நாவலில் டாக்டர் அம்பலவாணன் என்ற பாத்திரம் இவருடன் நெருங்கிப் பழகிய ஒரு நண்பர் என்றும், அவர் பெயர் தற்போது தனக்கு நினைவுக்கு வரவில்லை என்றும் பேரா. ச. மணிக்கு அளித்த பேட்டியில் கூறுகிறார்.

தன்னலமின்றி, சமூக சேவையிலும், தொழிலாளர் பிரச்சனைகளிலும் உழைக்கக் கூடியவராக வேள்வித்தீ நாவலில் வரும் தொழிற்சங்கத் தலைவர் சுப்பாராவ். அவர் நேரில் கண்டு பழகிய பொதுவுடைமைக் கட்சியின் தலைவர்களுள் ஒருவரான சோமுராவ். அந்த நாவலில் இடம் பெற்ற கண்ணன், கௌசலை, ஹேமா முதலியோர் சௌராஷ்ட்டிரக் குடும்பங்களில் இருந்து அவர் நேரில் கண்ட பாத்திரங்கள்தான். பெயர்கள்தான் வேறு, நிகழ்ச்சிகள் உண்மை என்று அவரே சொல்லியுள்ளார்.

அவர் 'காதுகள்' பிரச்சனைக்குப் பல்வேறு யோசனைகள் மூலம் தீர்வு சொன்ன காவிரிக் கரையில் வந்து தங்கும் ராமசாது, காஞ்சிப் பெரியவர்; ராமகிருஷ்ணமடத்து கைலாசானந்த சாமிகள் ஆகியோரும் காதுகள் நாவலில் வருகிறார்கள். அதே நாவலில் வரும் சமரச சுத்த சன்மார்க்க சங்கத்தில் இருந்த ராமதாஸ் பாத்திரமும் படைவெட்டி மாரியம்மன் கோயில் சாம்பசிவ பூசாரியும், நகர உயர் நிலைப் பள்ளியில் பணியாற்றிய ஹிந்தி ஆசிரியர் வெங்கட்ராம சாஸ்திரிகள் ஆகியோரும் எம்.வி.வி.யுடன் பழகியவர்கள்தான்.

நேரில் கண்ட கேட்ட பழகிய விஷயங்களை மனிதர்களை மட்டுமல்லாமல், தனக்கே பிரத்யேகமாக நடந்த விஷயங்களையும் அவர் பொருத்தமாகக் கதைகளில், நாவல்களில் பொருத்திவிடுவார். காதுகள் நாவலில் நாடகம் பார்த்துவிட்டு வெளியே வரும் ஜமுனா, குமுதினி என்ற பெண்கள் கதாநாயகனை மாலியோடு ஒப்பிட்டுப் பேசுவது போல ஒரு இடம் வரும்.

"ஜமுனா, 'ஹீரோவைப் பார்த்தா நம்ம மாலிபோல் இல்லை? சே! மாலியோட இவனை கம்பேர் பண்ணாதே, மாலி சினிமாவிலே

ஆக்ட் பண்ணினா, சிவாஜி, மார்க்கெட்டே படுத்துடும். குமுதினி உனக்கு விஷயம் தெரியுமா. மாலியை சினிமாவிலே நடிக்கிறதுக்கு ஒரு டைரக்டர் கூப்பிட்டாராம். இவர்தான் கூச்சப்பட்டுகிட்டு வேணாம்ன்னு விட்டுட்டாராம்.'

எம்.வி.வி., கலைஞன் மாசிலாமணி ஆதரவோடு சிலகாலம் சென்னையில் தங்கியிருந்த காலத்தில் ச.து.சு. யோகியாரைச் சந்தித்திருக்கிறார். அவர் ஏற்கனவே தேனீயில் எழுதியவர். இவரை, 'ராஜபார்ட் போல ஆள் ஜோரா இருக்கிறாய். உனக்கு நல்ல கிராக்கி இருக்கும். என்னோடு இரு. திரைப்படத்துறையில் எழுத்தாளராக, நடிகராக இயக்குனராக ஆக்குகிறேன்' என்று சொல்லியுள்ளார். இயல்பிலேயே வெகு கூச்ச சுபாவியான எம்.வி.வி. பதறி, 'வேண்டாம்' என்று மறுத்துள்ளார். இந்தச் சம்பவமே நாவலில் வருகிறது. இருட்டு, உயிரின் யாத்திரை, காதுகள் ஆகிய மூன்று நாவல்களும் இவரின் சுய ஆன்மிக அனுபவங்களின் வெளிப்பாடுகள்தான்.

தம் சமகாலத்து எழுத்தாளர்கள் பலரால் வியந்து பார்க்கப்பட்டவராகவும் தனித்தன்மையோடும் விளங்கியவர் எம்.வி.வி. அவரது பரிசோதனை முயற்சிகள், யாரோடும் ஒப்பிட முடியாத நடை, உள்ளடக்கத் தேர்வு, பாத்திர வடிவமைப்பு, அதைக் கையாண்ட விதம், செய்து பார்த்த புதுப்புது உத்திகள் - இவை எல்லாவற்றாலும் தமிழ் இலக்கியம், நாவலாசிரியர் என்ற வகையிலும் அவரை மிக உயர்ந்த ஸ்தானத்திலேயே வைத்திருக்கும்.

குறுநாவல், கவிதை மற்றும் நாடகங்கள்

சுவையான கவித்துவ மொழியின் மூலமும் சம்பவங்களின் முரண் மூலமும் சொந்த வாழ்க்கையில் நடந்த நம்பமுடியா நிகழ்வுகள் வழியாகவும், மரபார்ந்த புராண இதிகாசக் கதைகளிலிருந்து எடுத்த விள்ளல்களிலிருந்தும் தான் சொல்ல வந்ததை யதார்த்தமாகவோ, கற்பனையாகவோ அல்லது இரண்டும் கலந்தோ சொல்லி நம் அகத்தில் சலனங்களை நிகழ்த்துவதில் வெற்றி பெறும் சிறந்த படைப்பாளிகளில் முதல் வரிசையில் வைக்கத் தக்கவர் எம்.வி.வி. அவர் எழுத்து, வாசிப்பாளனை என்றும் அயர்ச்சியில் தள்ளிவிடாத சரளமும் வாசிப்பின்பமும் தருபவை. அதே சமயம் தரத்திலும் தன்னைத் தாழ்த்திக் கொள்ளாதவை என்பதற்கு இப்போது வரையிலான அவரது ஆக்கங்களின் மறுபிரசுரங்கள் சான்றாய் இருக்கின்றன. இது அவரது கதைகள், நாவல்களுக்கு மட்டுமல்ல நாடகங்கள், குறுநாவல்களுக்கும் பொருந்தக் கூடியவையே.

எம். வி. வெங்கட்ராமின் மொத்தச் சிறுகதைகளையும் தொகுக்க முதலில் தேனுகாவும் நானும், எம்.வி.வி. வீட்டிலிருந்து அவர் அனுமதியின் பேரில் '96 லேயே அவர் கதைகளைத் தொகுத்தோம். பின்னாளில் 1998இல் பாவை சந்திரனின் கண்மணி பதிப்பகம் அந்தப் புத்தகத்தை வெளியிட்டது.

அப்போது தேனுகாவிடம் எம்.வி.வி. சொல்லச் சொல்ல அந்தக் கதைகளை நான் பட்டியலாய் எழுதிக்கொண்டே வந்தேன். அப்போது வானதி வெளியிட்ட ஆறு குறு நாவல்களையும் முதலில் தனி அங்கமாக அதில் சேர்க்கச் சொன்னார். பின்னர், "வேணாம் வேணாம். முதல்ல அவர் இதப் போடறதே பெரிசு. அப்பறம் '93லதான் இந்தக் குறுநாவல்கள் வந்துருக்கு. வித்துச்சா என்னன்னு கூட தெரியலை. அதச் சேக்க வேணாம்... எடுத்திருங்க. ஆறு குறுநாவல்களையும் தொகுத்து இன்னொரு புத்தகமாக பிறகு வெளியிடலாம். ஆனா, அது எந்த ஜென்மத்தில நடக்கும்ன்னு தெரியலையே" என்று சிரித்தார். ஆனால், நான் முன்னுரையில் சொன்ன காரணத்தால் அந்த ஆறும் காலச்சுவடு வெளியிட்டுள்ள எம்.வி. வெங்கட்ராம் சிறுகதைகள் தொகுப்பில் சேர்க்கப்பட்டிருக்கின்றன.

குறுநாவல்களைப் பொறுத்தவரையில் எம்.வி.வி. எழுதியவை ஆறு.

1. நானும் உன்னோடு
2. குற்றமும் தண்டனையும்
3. பெட்கி

4. அப்பாவும் பிள்ளையும்
5. அம்மையே அப்பா
6. மாய்பாப்

இந்த ஆறு குறுநாவல்களும் 'நானும் உன்னோடு' என்ற தலைப்பில் 1993இல் வானதி பதிப்பகத்தின் முதல் பதிப்பாய் வெளிவந்தது.

"எம்.வி.வி. அடிப்படையில் ஒரு மறைஞான எழுத்தாளர். அவருடைய ஆகப்பெரும் கேள்வி என்பது செறிவான ஆன்மிக வாழ்க்கைக்கும், மறைஞான அனுபவத்திற்கும் குறுக்கே உள்ள சதையுடலின் காம வேட்கையை என்ன செய்வது என்பதுதான்" என்று குறிப்பிட்டு எம்.வி.வி.யின் படைப்புகளை ஃப்ராய்டிய சிந்தனைகளோடும் போர்ஹேயின் 'அலெஃப்' பற்றிய அனுபவத்தோடும் இணைத்து ஒப்பிட்டு 'உடலின் தாண்டவம் - எம்.வி.வி குறுநாவல்கள்' என்ற தலைப்பில் எழுத்தாளர் சுனில் கிருஷ்ணன் அவரது குறுநாவல்கள் குறித்து காந்தி கிராமப் பல்கலைக்கழகத்தில் சாகித்திய அகாதெமி நடத்திய எம்.வி.வி. நூற்றாண்டுக் கருத்தரங்கத்தில் வாசித்த கட்டுரை முக்கியமானது. அதிலிருந்து சில பகுதிகளை இந்த அத்தியாயத்தில் பகிர்வது பொருத்தமாக இருக்குமெனக் கருதுகிறேன்.

கீழே அடுத்த பாரா துவக்கத்திருந்து சுனிலின் கட்டுரையிலிருந்து சில பகுதிகள் மேற்கோள் குறியுடன் தொடங்கி மேற்கோள் குறிகளுடன் முடிகின்றன. எனது அபிப்ராயங்கள் அந்த அந்த பாராவுக்கு கீழே முதலிலும் கடைசியிலும் மேற்கோள் குறிகள் எதுவும் இல்லாமல் வந்து, சுனிலும் நானும் எழுதியவை மாறி மாறி கீழே வருகின்றன:-

"எம்.வி.வி.யின் ஆறு குறுநாவல்களுமே வலுவான கதையமைப்பு கொண்டவை. 'அம்மையே அப்பா' ஒரு குடும்பஸ்தன் திடீரென்று முருகன் அருளால் கொஞ்ச காலத்துக்குப் பெண்ணாக மாறிவிட்டு மீண்டும் ஆணாகிறான். பெண்ணாக இருக்கும்போது பிறக்கும் குழந்தையை என்ன செய்வது எனக் குழப்பமாக இருக்கிறது. பெண்ணாக மாறிய வெங்கட்ராமனுக்குப் பிறக்கும் குழந்தையை மீண்டும் ஆணாக மாறிய பின் என்ன செய்வது என்ற மிக முக்கியமான முரண் உருவாகும்போது குழந்தை சட்டென ஓரிரு நாள் சீக்கில் இறந்து விடுகிறது. இந்த மரணம் என்பது ஒரு தப்பிப்பும் கூட. பல்வேறு புனைவு சாத்தியங்கள் இந்தக் குறுநாவலில் விரிகின்றன. சவுந்தர்யத்தின் மறு எல்லை கோரம் என்பது போலவே காமத்தின் மறு எல்லை இறையனுபவம் என்பதை எம்.வி.வி. உணர்த்துகிறார். 'ஆணுக்காயினும் பெண்ணுக்காயினும் இன்பம் வலிக்கத்தான் செய்கிறது. வலியில் பல சாயல்கள் இருக்கின்றன, இந்தச்

சாயல்களில்தான் மனிதன் இன்பம் தேடிக் காண்கிறான் என்கிற உண்மை அவனுக்குத் தெளிவாகப் புரிந்தது. ஆனால் இன்பம் தேடும் ஆர்வம் என்னவோ புரிந்து பின்னும் குன்றிவிடவில்லை' என எழுதுகிறார். இன்பமும் வலியும் தவிர்க்க முடியாத இருமை எனும் தரிசனத்தை இதில் முன்வைக்கிறார்."

முருகனிடம் பதினெட்டு மாதங்கள் பெண்ணாக மாறும் வரம் கேட்டு மாறும் வெங்கட்ராமனின் (கதையின் நாயகனின் பெயர்) கதையான 'அம்மையே அப்பா'வை ஒரு பரிசோதனைக் குறுநாவல் என்று சொல்லலாம். எண்ணத்தால் ஆண். ஆனால் உருவத்தால் பெண். விட்டலாச்சாரியா படங்களில்தான் இவற்றையெல்லாம் கண்டிருக்கிறோம். ஆனால், அவற்றையெல்லாம் அவர் அப்போதே கதையில் கொண்டு வந்துவிட்டார். பெண்ணாக மாறியதும் அவள் தேக புஷ்டியுள்ள நண்பன் சிவராமனைத் தேடிப்போகிறாள் அந்தப் பெண். அவனை மணக்கிறாள்; வாழ்கிறாள். குழந்தை பெற்றுச் சாகக் கொடுத்துப் படாத பாடெல்லாம் பட்டு ஒரு வழியாய் ஆணாக மாறிய பின் தன் குடும்பத்துக்கே வந்து சேர்கிறான் வெங்கட்ராமன். அவ்வளவுக்கும் பிறகும் கடைசியில் முருகனிடம் அடுத்த பிறவியில் பெண்ணாகப் பிறவி எடுக்க வேண்டும் என்று கேட்கிற வெங்கட்ராமனைப் பார்த்துத் திடுக்கிட்டு, 'என்னடா இது... ராம ராம' என்று சொல்கிறார் முருகன். வெங்கட்ராமன் முருகனோடு மெல்லிய கிண்டல் தொனிக்கப் பேசுபவை நகைக்க வைப்பவை. அவர் எழுதிய காலத்தில் எதைப் பற்றியும் கவலை கொள்ளாமல் இது போன்ற பரீட்சார்த்த முயற்சிகளைத் துணிவுடன் செய்துள்ளார்.

"மனோகரன் எனும் ஒரு மனிதனின் மூன்று கட்ட வாழ்வைச் சொல்வது 'குற்றமும் தண்டனையும்'. பெரும் பணக்காரனாகப் பிறந்து சொத்துக்காகச் சகோதரனைக் கொன்று விபத்தில் தன்னை இழக்கிறான். நினைவுகளை இழந்தவன் வேறொரு குடும்பத்தில் தன்னைப் பொருத்திக் கொள்கிறான். மீண்டும் ஒரு விபத்தில் முந்தைய நினைவுகளை மீட்கிறான். அப்போது எழும் அறச்சிக்கலே கதை. மனோகரன் நமக்குப் பொய்த்தேவு சோமு முதலியையும் பசித்த மானுடம் கணேசனையும் நினைவுறுத்தக் கூடும்."

மனிதனின் ஒவ்வொரு செயலுக்கும் பாலுணர்வே அடிப்படை என்று எழுதிய ஃப்ராய்டின் கருத்துகள் அடங்கிய கட்டுரையை ஹரணி வாசித்து சுய உரையாடல் செய்வது போலத் துவங்குகிறது 'குற்றமும் தண்டனையும்'. இல்லற தர்மம் என்பதும் பதிவிரதா தன்மையும் நாவலின் முன்பகுதியில் அவளுக்குள் உறைந்திருக்கிறது. முதல் நான்கு

அத்தியாயங்கள் மனோகரனுக்கும் ஹரணிக்குமான உரையாடல் வழியாகவே நகர்கின்றன. அதற்குப் பின் கதை மர்ம நாவலின் துடிப்பாய் ஏறி இறங்கிச் செல்கிறது. மனித மனத்தின் உள்ளடுக்குகளுக்குள் ஒளிந்திருக்கும் நியாயமற்ற பேராசைகள், அதற்காகக் கொலை வரைக்கும் கூட செல்லும் மூர்க்கம், தகிடு தத்தங்கள் என்று நீள்கிறது. அவர் எப்படி தன் படைப்பாக்கங்களில் கதைக்களங்களை இந்த அளவு புதுப் புது வித்தியாசத்தில் விஸ்தரித்துச் சென்று கொண்டே இருந்திருக்கிறார் என்பது இன்று நினைத்தாலும் ஆச்சர்யமாகவே இருக்கிறது.

"சற்று வெள்ளந்தியான கடன்காரத் தந்தைக்கும் சாமர்த்திய சாலியான சுயமையம் கொண்ட மகனுக்குமான உறவைச் சித்திரிக்கும் கதை 'அப்பாவும் பிள்ளையும்'. ஜப்தி ஆணை வாங்கிக்கொண்டு வரும் தந்தையின் கடன்காரனை எப்படி சமாளிக்கிறான் என்பதை சுவாரசியமாகச் சொல்கிறது."

தானே பாத்திரமாக நேரிடையாக மறைமுகமாக கதைகளுக்குள் வந்து விளையாடும் எம்.வி.வி.யின் விளையாட்டு 'அப்பாவும் பிள்ளையும்' கதையிலும் தொடர்கிறது. அவர் அறிந்து வைத்திருந்த நியூமராலஜி பற்றிச் சில விஷயங்கள், கோர்ட் விஷயங்கள் என சுவாரஸ்யத்துக்குக் குறைவில்லாமல் விறுவிறுவென்று இழுத்துச் செல்கிறது நடை. ஜப்தி வரப்போகிறது என்று செட்டியாரின் ஒரு வார்த்தை கதையில் ஐந்தாறு பாத்திரங்களைப் பாடாய்ப் படுத்திவைக்கிறது. இதற்கிடையில் கோர்ட்டில் வக்கீல் குமாஸ்தா ஆராவமுது தனக்காகவும் கோர்ட் சிப்பந்திகளின் பேராலும் கறக்கும் பணமும் செட்டியாரும் எழுத்தாளர் வெங்கட்ராமனும் கதாநாயகன் டி.பி.சி. சாமியைப் படுத்தும் பாடும் சொல்லி மாளாது.

"தத்தெடுத்துக் கொண்ட பெற்றோருக்கும் - குழந்தைக்கும் இடையே உறவில் உள்ள கண்ணாடிச் சாளரத்தைச் சுட்டிக் காட்டுகிறது 'மாய்ஃபாப்'. இந்தக் கதையின் சிடுக்கை எம்.வி.வி.யின் சொற்களில் சொல்வதானால் 'நான் அவர்கள் பெற்ற பிள்ளை அல்ல, வளர்ப்புப் பிள்ளைதான். ஐந்து வயதுவரை மாமா, மாமி என்று அழைத்தவர்களை அப்பா, அம்மா என்றழைக்க மனம் பழகவில்லை. அப்பா, அம்மா என மனமாரக் கருதினாலும்கூட கூச்சமும், கூச்சத்துடன் பிடிவாதமும் சேர்ந்து கொண்டது.' சற்றே எள்ளல் கலந்த தொனியில் பதின்ம அனுபவத்தை நினைவு கூரும் வடிவத்தில் கதை நகர்கிறது. வளர்ப்புப் பெற்றோரின் குழந்தைகள் பிறந்திறந்து போகும் சித்திரத்தை ஒரு பத்தியில் அளித்திருப்பார். ஆனாலும் அது மனதைத் தொந்தரவு செய்வதுதான். அம்மா, அப்பாவென அவனை அழைக்க வைக்க அவர்கள் மேற்கொள்ளும் சில விபரீதமான நடவடிக்கைகள் வேடிக்கையாக

உள்ளன. குளித்து முடித்துவிட்டு ஆடையைப் பெற, தூணில் ஒளிந்து கொண்டு உடைகளை எடுக்க அலமாரிச் சாவியைக் கேட்கும்போது 'அப்பாவெனக் கூப்பிடு' என்கிறார். பிறகு சாவியை அம்மாவிடம் வீசிவிட்டு அங்கும் இதே கதைதான். வளர்த்தவர்கள் திட்டியதும் நேராக அவன் கால்கள் அசல் பெற்றோரின் வீட்டை நோக்கிச் செல்கின்றன. அவனே இயல்புக்குத் திரும்பி விட்டாலும் அவ்வுறவில் உள்ள 'எளிதாக உடையும்' தன்மை புலப்படுகிறது. எப்போதும் நிரூபணம் கோரும் உறவு நிலையானதாக இருக்க முடியாது. தற்கொலை முயற்சி என எண்ணி மாமாங்கக் குளத்திற்கு ஆளனுப்பித் தேடிக் கொண்டிருக்கும் போது 'சொன்னா' கூச்சத்துடன் வீடு திரும்புகிறான்.

இந்த மாய்ஃபாப்பில் கதை எழுதும் 'சொன்னா'என்ற சிறுவன் வருகிறான். 'அயாஷா' என்ற மர்ம நாவலைப் படிக்க இடம் தேடி அலைகிறான். ஒன்பதாவது படிக்கும் தத்து வந்த பதின்ம வயதுச் சிறுவன் அம்மா அப்பா என்று கூப்பிட முடியாமல் தவிக்கும் தவிப்பும் அதற்கு அவர்கள் செய்யும் உபாயங்களும் அவன் மீதான பாசமும் கண்டிப்புமென விரிகிறது. கும்பகோணம், மதுரை வாழ் செளராஷ்டிரப் பெண்கள் புடைவை கட்டும் முறை அவர்களது பிராந்திய மொழி வேறுபாடு ஆகியவை இந்தக் குறு நாவலில் வருகின்றன. எம்.வி.வியின் வாழ்க்கையை அறிந்தவர்களுக்குத் தெரியும் இந்த நாவலில் வரும் சில பகுதிகளும் அவரது சுய சரிதையின் ஒரு பகுதியென்பது.

"சற்றே அதிக வயதுடைய உறவினர் பெண்ணுடன் உள்ள உறவுச் சிடுக்கை லகுவான மொழியில் நுட்பமாகப் பேசும் கதை 'பெட்கி'. ஒரு பதின்ம வயது உறவுக்கார அக்காவுடனான பாலியல் அனுபவத்தைப் பற்றிப் பேசும் கதை. பெட்கியின் வாழ்க்கைச் சித்திரிப்பு கூர்மையானதாக வந்துள்ளது."

பெட்கியிலும் ஒரு 'சொன்னா' வருகிறான். ஆனால், இந்தச் சொன்னாவுக்கு வயது பதினாறு. அவனை பெட்கி, ராதா என்கிற தன் இரண்டு பெண்களில் ராதாவுக்கு மணம் முடிக்க ஆசைப்படுகிறார் ராதாவின் தந்தை. பெட்கி சொன்னாவை விட வயது கூடுதலும் அதற்கு ஒரு காரணம். அவர் தந்தை இவர்கள் குடும்பத்துக்கு உறவு என்றாலும் இரண்டாம் திருமணம் செய்து கொண்டதால் ரெண்டு குடும்பத்துக்கும் ஆகவில்லை. ராதாவின் தந்தை இறந்ததும் இரண்டாம் மனைவி சொத்துகளை, ரொக்கத்தை, நகைகளை எடுத்துப் போய்விட, பெண்களை வளர்க்கும் பொறுப்பை அவர்கள் பாட்டி ஏற்றுக் கொள்கிறாள். இட்லி சுட்டு விற்று, அதன் மூலம் அவர்களை வளர்க்கிறாள். இந்த இரு பெண்களும் உழைக்கிறார்கள். தந்தையின் இறப்புக்குப் பின் சகஜத்

தன்மை இரு வீட்டுக்கும் குறைந்தாலும் இந்த வாழ்க்கைக்குள் பெட்கிக்கும் சொன்னாவுக்குமான உறவு கதையாகியுள்ளது. சொன்னாவுக்கு எண்ணெய் தேய்த்துவிடும் சாக்கில் கன்னத்திலும் நெற்றியிலுமாக பெட்கி தரும் முத்தங்கள் அவனைத் தன்னை மறக்கச் செய்கின்றன. உறவின் திரிபு தரும் சஞ்சலம் பின் பெட்கிக்கு நடக்கும் விஷயங்கள் என விரிந்து கடைசியில் அவள் இவன் வீட்டை விட்டு ஒரு கிழவரின் துணையோடு இரண்டு தெரு தள்ளி உள்ள அவள் வீட்டுக்குச் செல்கிறாள்.

"மணமாகிச் சென்ற வீட்டில் பெண் எதிர்கொள்ளும் அக வன்முறையை உணர்வுப்பூர்வமாக சித்திரிக்கும் கதை 'நானும் உன்னோடு'. சொல்லால் சுடும் மாமியார் நழுவிச்செல்லும் கணவன் என அழுத்தங்களைச் சந்தித்துக் கொண்டிருக்கும்போது பிறந்த வீட்டுக்கு பிரசவத்திற்கு சென்று இளைப்பாற எண்ணுகிறாள். சரியாக அதைத் தகர்க்க மாமியார் திட்டமிடும்போது தன் முடிவை நிலைநாட்ட எந்த எல்லை வரை செல்கிறாள் என்பதுதான் கதை. நன்கு அறிந்த கதையாக இருந்தாலும் அதன் உண்மைத்தன்மை மற்றும் தொனி காரணமாகவும், கதைமாந்தரோடு நமக்கு ஏற்படும் தொடர்புறுத்தல் காரணமாகவும் அதன் வலுவில் கதை நிற்கிறது."

முதல் வரியே சௌராஷ்டிர மொழியில் ஆரம்பிக்கிறது 'நானும் உன்னோடு' குறுநாவல். யமுனாவை அவள் மாமியார் சொல்லால் மட்டுமல்ல, கையாலும் தண்டிப்பவள். அவளிடம் இருட்டில் மட்டும் குழைந்து பகலில் அம்மாவுக்குப் பயந்து வீரம் காட்டும் கணவன். தன் அம்மா வீட்டுக்குச் செல்லும் நியாயமான ஆசை கூட மறுக்கப்பட்டு தேடி அவளை அழைக்க வந்த அம்மாவும் அவமானப்பட்டுத் திரும்பும் போது இனி என்ன இருக்கிறது வாழ்வு எனத் தன்னையே மாய்த்துக் கொள்ளும் முடிவுக்குச் செல்கிறாள் யமுனா. ஒரு சாதாரண மாமியார், மருமகள் கதையானாலும் அவர் கட்டமைக்கும் சம்பவங்கள், உரையாடல் வழியே பாத்திரங்கள் வழியே சற்றே மேலேற்றுகிறார் எம்.வி.வி. எழுதும் எல்லாமே ஆகச் சிறந்ததாக அமைவது எந்தக் கலைஞனுக்கும் சாத்தியமில்லை இல்லையா...

இந்த ஆறு குறு நாவல்களுமே வெவ்வேறு உணர்வு நிலையில் இயங்கும் முடிச்சுகளைக் கொண்டவை. அடுத்தடுத்த சம்பவங்களைத் தொய்வின்றி அடுக்கி அளவான பாத்திரங்கள் மூலம் உரையாடல்களைச் செறிவாக நிகழ்த்த வைத்துக் கதைகளைக் கொண்டு செல்வது, எழுதி எழுதிக் காப்புக் காய்த்த வாகான கைக்கே கூடி வரக்கூடிய ஒன்று. 'குற்றமும் தண்டனையும்', 'நானும் உன்னோடு' தவிர மற்ற எல்லாக்

குறுநாவல்களிலும் எம்.வி.வி.யின் சுய வாழ்வு ஆங்காங்கே விரவிக் கிடக்கிறது. அதிலும் தான் ஒரு எழுத்தாளன் என்பதும் அதில் வெளிப்படுகிறது. பெரும்பாலும் குறுநாவல்களில் சௌராஷ்டிர நெசவாளர்கள் வாழ்வும் மொழியும் அவர்கள் பண்பாட்டுக் கூறுகளும் வெளிப்படுகின்றன. தவிர, பொதுவாக கதைகளில், நாவல்களில் பெண்களுக்குத் தரும் முக்கியத்துவம், சுதந்திரம் இந்தக் குறு நாவல்களிலும் வெளிப்படுகின்றன. சாதகத்தைத் தவறாது செய்யும் தேர்ந்த கலைஞன் எதைப் பாடினாலும் ஸ்ருதி சேர்ந்து லயத்தோடு பாடுவது போல அவர் நாவல், சிறுகதை, கட்டுரை, குறுநாவல் என்று எதை எழுதினாலும் அது சுநாதமாகத்தான் இருக்கிறது. அதைக் கேட்பவர்கள் பாக்கியவான்கள்.

கவிதைகள்

எம்.வி.வி. கவிதையில் அவ்வளவு ஆர்வம் காட்டவில்லை. பதின்ம வயதுகளில் முதலில் எழுத ஆரம்பித்தது கவிதைதான் என்றாலும் கவிதையில் பொதுவாக அவருக்கு ஆர்வம் இருக்கவில்லை. அதிலும் புதுக்கவிதைகள் மேல் ஒரு சின்ன ஒவ்வாமை இருந்தது என்றே சொல்ல வேண்டும். “செல்லப்பா புதுக்கவிதைக்குத் தரும் ஆதரவு, கவிதைகளுக்கு நல்லகாலமா கெட்டகாலமா என்று எனக்குத் தெரியவில்லை. இதுல க.நா.சு.வும் இப்ப சேந்துருக்கதா கேள்வி” என்று ஒரு முறை சொன்னார்.

புதுக்கவிதை தொடர்பான கேள்வி ஒன்றிற்கு ஒரு பேட்டியில், “புதுக்கவிதைகள் எதுவுமே என் மனதில் நிற்கவில்லை. அதைப் புதுக் கவிஞர்களுடைய தவறு என்று நான் நினைக்கவில்லை. அது என்னுடைய தவறு. எனக்கு ஆழ்ந்த கவனம் அதில் போகவில்லை. நான் சிறுகதை, தொடர்கதை என்றால்கூடப் படித்துவிடுகிறேன். கவிதை என்றால் ஓரளவு மேம்போக்காகத்தான் படிக்கிறேன். அது என்னுடைய பலகீனமே தவிர, கவிதையின் பலகீனம் என்று சொல்ல முடியாதல்லவா?” என்று கூறியுள்ளார்.

‘விக்ரஹ வினாசன்’ என்ற புனைபெயரில் கணக்கு, கணப்பு, மகாமகம் வந்தது, புரண்டு அழுதான், போதகம், அன்னபூரணி, அழகின் சந்நிதி, பேரழகு போன்ற தலைப்புகளில் இவர் எழுதிய கவிதைகள் அவ்வப்போது இதழ்களில் வெளிவந்துள்ளன என்பது மட்டும் எனக்குத் தெரியும். கைக்குக் கிடைத்த ஒரே ஒரு கவிதையை இங்கு உங்களுடன் பகிர்கிறேன்.

கவிதை
மகாமகம் வந்தது

மகாமகம் இன்று வந்தது - ஆஹா!
மனம் மிகக் குளிர்ந்தது

பாசியிற் புதைந்திருந்த
புஷ்கரணி புனிதமாம்!
நாசி மூடும் நாற்றமின்று
மோட்சவாசல் திறக்குதாம்!

பன்னீராண்டு முயன்று சேர்ந்த
பாபம் இன்று போக்கடிக்க
கொத்துக் கொத்தாய் மனிதப்பிஞ்சு
காய்த்துக் காய்த்துத் தொங்குது!

எங்கெங்கே இருந்தவர்கள்
இங்குவந்து குதித்தனர்
வேண்டாமென்று வழிமறித்தும்
விழுந்தடித்து வந்தனர்!

உள்ளநோய்கள் போதாவென்று
'உறவு' நோய்கள் வந்தன!
கள்ளப்பயல் 'கூட்டத்திற்கு'
நல்ல விருந்து அளித்தனர்

கண்ணால் கல்லில் மூழ்குவர்!
குளத்தில் உடலை அலசுவர்!
பண்ணும் பாபம் போக்குதற்குப்
பார்த்திருந்த சந்தர்ப்பம்!

மகாமகம் இன்றுவந்தது - ஆம்!
மடமை மிகவும் மலிந்தது!   - எம். விக்ரஹவிநாசன்

(26.2.1945 அன்று மகாமக தினத்தன்று 'சிவாஜி' இதழில் வெளிவந்தது.)

நாடகங்கள்

எம்.வி.வி. கிட்டத்தட்ட ஐம்பது நாடகங்களை எழுதியிருக்கக் கூடும் என்பது என் கணிப்பு. ஊர்வசி, வெளியே போ, ரம்பை, நடிகை, குந்தி, கந்தர்வகானம் போன்ற நாடகங்களை எழுதி, அவை அச்சில் தொகுப்புகளில் வந்துள்ளன. அவற்றை நாடகக்கணக்கில் கொள்ளலாமே

தவிர நிகழ்த்து நாடகமாகக் கொள்ளலாமா என்று எனக்குச் சொல்லத் தெரியவில்லை. ஜானகிராமன் உந்துதலால் அவர் சென்னை வானொலிக்குப் பத்துக்கும் மேற்பட்ட நாடகங்களை எழுதி உள்ளதாகவும் திருச்சி வானொலிக்கு ஒன்றிரண்டு நாடகங்களை எழுதியதாகவும் சொல்லியிருக்கிறார். சௌராஷ்டிர நண்பர்கள் வற்புறுத்தலுக்காக கோவில் திருவிழாவுக்கு இரண்டு ஆண்டுகள் மட்டும் இரு புராண நாடகங்களை மேடைக்காக எழுதியுள்ளார். இவை தவிர, பள்ளிப் பிள்ளைகளுக்காக ஒரு நாடகத்தை (எந்தப் பள்ளி என்று நினைவில் இல்லை) எழுதியுள்ளதையும் என்னிடம் பகிர்ந்து கொண்டுள்ளார். தஞ்சை ப்ரகாஷிடம் பேசிக்கொண்டிருக்கையில் அவர், “எம்.வி.வி. ஐம்பதுக்கும் மேல் நாடகங்கள் எழுதியிருப்பார். அவர் தான் எழுதிய எல்லாவற்றையும் பத்திரமாக வைத்திருப்பவர்தான். நான் வாங்கி அதை வெளியிட உள்ளேன்” என்று சொன்னார். அப்படி இருந்தால் அவை பத்திரிகைகளுக்காக எழுதப்பட்டவையாகத்தான் இருக்க வேண்டும்.

ஜானகிராமன் தூண்டுதலால் ‘வேள்வித் தீ’ சகஸ்ரநாமம் குழுவுக்காக நாடகமாக்கப்பட்டுள்ளது. பின் ஏன் அது நின்றது என்பது அந்தக் குழுவினரில் இப்போது இருப்பவர்களுக்கும், சகஸ்ரநாமம் மகன் எஸ். வி. எஸ். குமாருக்கும் கூடத் தெரியவில்லை.

அவர் திருச்சி வானொலிக்கு எழுதிய இரு நாடகங்கள் போக, அவரது நித்தியகன்னியை அவர் திருச்சி வானொலிக்காக நாடகமாக்கித் தந்துள்ளார். அது இரண்டு முறை ஒலிபரப்பாகியுள்ளது. இனி அவரது நாடகப் பிரதிகளை முழுமையாகத் தேடிக் கண்டுபிடித்துத் தொகுக்கக் காலம் கனிய வேண்டும்.

கட்டுரைகள் மற்றும் மொழிபெயர்ப்புகள்

"எம்.வி.வி.யின் எழுத்து, மென்மையும் திறந்த போக்கும் சக ஜீவன்களிடத்தில் பரிவும் கொண்டது. அவர் இளம் வயதிலேயே அபூர்வமான - இந்திய வாழ்க்கை மீண்டும் மீண்டும் ஆபத்தானதுங்கூட என்று நிரூபித்திருக்கும் - இலக்கியப் பித்துக்கு ஆட்பட்டுப்போனவர். அவரது இளமைக்கால ஆவேசம் அவருடைய கனவின் ஒரு பகுதியைக் கூட நிறைவேற்றாமல் சிதைந்து போனதற்கு யார் பொறுப்பேற்கப் போகிறார்கள்...? மனதார அவர் ஏற்ற பணிக்குச் செலவிட்ட காலத்தையும் உழைப்பையும் விட பிழைப்புக்காக கேவலப்பட்ட மனத்துடன் செலவிட நிர்பந்திக்கப்பட்ட காலமும் - உழைப்பும் அதிகம். எம்.வி.வி.யும் எவ்வளவோ நினைவுகளை நமக்குப் பதிவு செய்து தந்திருக்கக் கூடியவர்தான். இன்னும் எவ்வளவோ படைப்புகளையும் தந்திருக்கக் கூடியவர்தான். ஏன் தரவில்லை என்று அவரிடம் கேட்க நமக்கு யோக்கியதை இல்லை என்பதையும் இந்தப் புத்தகம் உணர்த்துகிறது."

- சுந்தரராமசாமி

1996 ஜூலை காலச்சுவடு இதழில் எம்.வி.வி.யின் 'என் இலக்கிய நண்பர்கள்' கட்டுரைத் தொகுதிக்காக எழுதிய மதிப்புரையிலிருந்து ஒரு பகுதி.

மேல் கண்ட மதிப்புரையில் எம்.வி.வி. மேல் அவர்கொண்ட மதிப்பும் மரியாதையும் வெளிப்படும் அதே சமயத்தில் அந்தப் புத்தகத்தைப் பற்றிக் கறாரான ஒரு விமர்சனத்தையும் வைத்துள்ளார். அது கீழ் வருமாறு:-

"ஒரு பதிப்பாசிரியரின் கடைக்கண் பார்வையில் பெற்றிருக்கக் கூடிய திருத்தங்களில் ஒன்றைக் கூட, இந்தப் புத்தகம் பெறவில்லை. பல செய்திகளும் நினைவுகளும் சம்பவங்களும் முரண்பாடுகளின் சுவாரஸ்யம் கூட இல்லாமல் மீண்டும் மீண்டும் வருவதில் அலுப்பு ஏற்படுகிறது. அச்சுப்பிழை, முகப்பு அட்டையில் 'கா.நா.சு' என்று தடிமனில் ஆரம்பமாகி கடைசிப் பக்கம் வரை ஏமாற்றமளிக்காமல் தொடர்கிறது."

இந்தக் கட்டுரைத் தொகுதி தவிர எம்.வி.வி.யின் வேறு எந்த இலக்கியக் கட்டுரைகளும் வெளிவரவில்லை. அவர் கட்டுரைகள் எழுதியவையும் மிகக் குறைவானவையே. ஆனால் மாணவர்களுக்கான எளிய கட்டுரைகளை ஏராளமாக எழுதியுள்ளார்.

'வழிகாட்டிய உத்தமர்கள்' என்ற வரிசையில் பாரத நாட்டின் தலைவர்கள், தேச பக்தர்கள், கவிஞர்கள் ஆகியோரின் வாழ்க்கை வரலாற்றை சிறுசிறு நூல்களாக ராஜாராம் மோகன்ராய், மகாத்மா காந்தி, மோதிலால் நேரு, ஜவகர்லால் நேரு, இந்திராகாந்தி, அரவிந்தர், இராமலிங்க வள்ளலார், பாரதியார், தாகூர், சுபாஷ் சந்திரபோஸ், பகத்சிங் என்ற தலைப்புகளில் எழுதியுள்ளார். இவை தவிர நாட்டின் கண்மணிகள், மாதவம் செய்த மங்கையர், வீரப்பெண்மணிகள், நாட்டுக்குழைத்த நல்லோர் போன்ற தலைப்புகளின் கீழ் அணி அணியாய் இருநூற்றுக்கும் மேற்பட்ட நூல்களை இயந்திரம் போல எழுதியுள்ளார். மோனியா ஒரு சத்தியவான், நாடு நலம்பெற ஒரே வழி என்ற தலைப்புகளில் இவர் எழுதிய காந்திய வழி நூல்களை அரசியல் பொருளாதாரக் கட்டுரை நூல்களாகக் கொள்ளலாம். இது எல்லாமே வாழ்வின் தேவைக்காக ஒரு நாள் முழுக்க கன்னிமராவில் படித்துக் குறிப்பு எடுத்தல், மறு இரண்டு நாட்கள் அறைக்கு வந்து எழுதுவது என்ற கணக்கில் எழுதியவை என்று சொல்லியுள்ளார் எம்.வி.வி.

மொழி பெயர்ப்புகள்

எம்.வி.வி., கல்லூரி மாணவராக இருந்த காலத்திலேயே சரத்சந்திரர், கே.எம். முன்ஷி ஆகியோரின் நாவல்களை, தமிழில் மொழி பெயர்த்திருக்கிறார். நேஷனல் புக் ட்ரஸ்ட் நிறுவனத்திற்காக மெகந்தியின் நீலமலை, மீண்டும் கே. எம். முன்ஷியின் மிருணாளாவதி, சந்திரகுப்த வித்யாலங்கர் எழுதிய ஹிந்தி ஓரங்க நாடகங்கள், ஈசுவர் பேடலீகர் எழுதிய குஜராத்தி நாவலான 'பெண்ணரசி' ஆகியவற்றை தமிழில் மொழிபெயர்த்துள்ளார். 'பாமிதத்' என்ற பொதுவுடைமையாளர் எழுதிய 'இன்றைய இந்தியா' என்ற நூலையும் தமிழில் மொழிபெயர்த்து எழுதியுள்ளார். ஹிந்தி மற்றும் ஆங்கிலத்திலிருந்து கிட்டத்தட்ட இருபத்தைந்து நூல்களுக்கு மேல் அவர் மொழி பெயர்த்துள்ளார். ஆனால் அதன் முழு விவரங்கள் இன்னும் நமக்குக் கிடைக்கவில்லை.

சாகித்திய அகாதெமி விருது ஏற்புரை

ஒரு நீண்ட யாத்திரைதான். ஆயினும் எனக்குச் சோர்வோ விரக்தியோ ஏற்படவில்லை. அரை நூற்றாண்டுக்கும் மேலாக, சரியாகச் சொன்னால் 57 ஆண்டுகளாய் என் இலக்கியப் பிரயாணம் நிகழ்கிறது. படைப்பாளிக்கு மரபு ஏது? கைகள் எழுத மறுக்கின்றன, சில ஆண்டுகளாய். எனினும், சிருஷ்டி வேட்கை என்னுள் தகித்துக்கொண்டு இருக்கிறது. போன வருடம் கூட என் புத்தகம் ஒன்று வெளிவந்தது.

வாசகர்களையும் விமர்சகர்களையும் பற்றிச் சிறிதும் கவலைப்படாத இலக்கியப் படைப்பாளி நான். என்னைப் புரிந்துகொண்டு, நான் எங்கு இருக்கிறேன் என்பதைக் கண்டுபிடித்து, என் படைப்புகளைச் சுவைத்துப் போற்றுகிற ரசிகர்களை நான் போற்றுகிறேன். ஒரு லட்சம் பேர் கை தட்டியதால் என் இலக்கியப்பணி வளரவில்லை. ஒரு சில ரசிகர்களால் என் படைப்பாற்றல் வலுப்பெறுகிறது.

வாழ்க்கையை, என்னை வாழவைக்கிற இந்தச் சமுதாயத்தை, இங்குள்ள உயிரினங்களையும் உயிரற்ற சடப் பொருள்களையும் நான் நேசிக்கிறேன். இந்த மண்ணுக்கு, இந்தச் சூழலுக்கு, இந்த இன்ப துன்பத்துக்கு என்னை அனுப்பிவைத்தது யார் அல்லது எது என்று கண்டுபிடிக்க நான் ஓயாமல் செய்யும் முயற்சிதான் என்னுடைய இலக்கியப் படைப்பு. அதாவது, என்னைத் தேடிக் கண்டுபிடிக்கவே நான் எழுதுகிறேன்.

மனித சமுதாயம் குற்றம் குறைகள் நிரம்பியதாகத்தான் இருக்கும். அதைக் கண்டு எந்தக் கலைஞனுக்கும் ஆற்றாமையும் - ஆத்திரமும் உண்டாவது இயற்கை. சமுதாயத்தைக் கண்டிக்கவும் கேலி செய்யவும் இலக்கியப் படைப்பாளி முனைகிறான். சமுதாயத்தைத் திருத்தவும் புரட்சி செய்யவும் தன் எழுத்தாற்றலையும், படைப்புத் திறனையும் பயன்படுத்துகிறான்.

சொல்லுக்குள்ள வசிய சக்தி மகத்தானது. படைப்பாளியின் சொல் முதலில் அவனையே தன்வசப்படுத்திக் கொள்கிறது. பிறகு மக்களைக் கவருகிறது. அவனுடைய சொல்லினால், சொல் வெளியிடுகிற கருத்தினால் மக்கள் மயங்குகிறார்கள். அவனுடைய கருத்தைப் பின்பற்றி அநீதியற்ற சமூகத்தை நிறுவவும் முற்படுகிறார்கள்.

ஆனால், ஒரு நோயைக் குணப்படுத்தும் அரிய மருந்து மற்றொரு நோய்க்கு வித்திடுவதுபோல், ஒரு கருத்தினால் உருவாகும் சமூக

அமைப்பை மற்றொரு கருத்து குலைக்கிறது. ஒரு கருத்து மற்றொரு கருத்தைக் கொல்லும்போது புதியதொரு கருத்து முளைவிடுகிறது. பகுத்தறிவில் பிறந்த கருத்துகளை வைத்துக்கொண்டு மனிதன் என்றைக்கும் சண்டையிட்டுக் கொண்டேயிருப்பான். சமூகத்தில் குற்றம் குறைகளுக்கும் பிரச்சினைகளுக்கும் ஒருபோதும் பஞ்சம் இராது. எனவே கலைஞனுக்கு எல்லாக் காலத்திலும் வேலை இருந்துகொண்டே இருக்கும். இந்த அடிப்படைத் தத்துவ அமைதியைக் கண்டவன்தான் முழுமையான இலக்கியக் கர்த்தாவாக இருக்க முடியும்.

இந்த மனித வாழ்க்கையே என் இலக்கியப் படைப்புகளின் ஊற்றுவாய். என் புற, அகவாழ்க்கையே என் இலக்கியமாகப் பரிணமித்தது. நான் பார்த்ததையும் - கேட்டதையும் - பேசியதையும் - சுவைத்ததையும் - தொட்டதையும் - விட்டதையும் - அறிந்ததையும் - சிந்தனை செய்ததையும்தான் சுமார் அறுபது வருடங்களாய் எழுதி வருகிறேன். என் படைப்புகள் எல்லாவற்றிலும் நான்தான் நிரம்பி வழிகிறேன்.

ஐம்பது ஆண்டுகளுக்கு முன்னால் 'நித்ய கன்னி' என்றொரு நாவல் எழுதினேன். அக்கதையின் கருவை மகாபாரதத்திலிருந்து எடுத்தேன். 'பெண் விடுதலை' என்னும் பீஜத்தை அதில் நான் வைத்தேன். பலப்பல நூற்றாண்டுகளாய், தெரிந்தோ தெரியாமலோ, ஆண் வர்க்கம் பெண்ணுக்கு இழைக்கும் கொடுமையை அதில் நான் விசாரிக்கிறேன். இன்று பெண் விடுதலை பற்றி நிறையப் பேசுகிறோம்; எழுதுகிறோம்; சட்டங்கள் இயற்றியுள்ளார்கள்; ஆண் மனோபாவம் மாற வேண்டும் என்கிறோம்; நியாயம்தான். பெண் மனோபாவம் மாறியுள்ளதா என்பது கேள்விக்குறியாகவே இருக்கிறது.

திருமண பந்தத்தை மீறி ஆணும் பெண்ணும் உடலுறவு கொள்வது பாவம் என்கிறார்கள். ஆனால், இம்மாதிரி உடலுறவு சோகத்தைச் சுகமாக்கும் சாதனமாகச் சிலருக்கு - பெண் ஆண் இருபாலருக்கும் - உதவுகிறது என்பதை 'வேள்வித் தீ' என்கிற என் நாவலில் சுட்டிக் காட்டினேன். பட்டு நெசவாளர்களின் வாழ்க்கையை இந்த நாவல் வர்ணிக்கிறது. கல்வியறிவு உள்ளவர்களுக்கு விதிக்கப்படும் ஒழுக்கக் கட்டுப்பாடு, அறியாமை வயப்பட்ட மக்களுக்குப் பொருந்தாது என்பதையும் இந்த நாவல் வலியுறுத்துகிறது.

உடல்நலனும் குண நலனும் உள்ள கணவனும் மனைவியும் மானத்தைக் காத்துக் கொள்வதற்காக, எதிரிகளோடு போரிட்டு மடிவதை,

'ஒரு பெண் போராடுகிறாள்' என்னும் நாவலில் சித்திரிக்கிறேன். பெண் விடுதலை பற்றி மட்டும் அல்ல, எனக்குத் தென்படுகிற வாழ்க்கைப் பிரச்சினைகள் பலவற்றையும் சுட்டிக்காட்டும் பல சிறுகதைகள், நாவல்கள் பல குறுநாவல்கள், ஓரங்க நாடகங்கள் எழுதியிருக்கிறேன்.

பதினாறு வயதில் எழுதத் துவங்கிய நான், இலக்கியப் படைப்பு மட்டும் அல்லாமல் மொழிபெயர்ப்புகள், வாழ்க்கை வரலாறுகள், பொது அறிவு நூல்கள் என சுமார் 200 தமிழ் நூல்கள் படைத்திருக்கிறேன். இன்றைய மனித வாழ்க்கை ஒரு போராட்டமாகக் காட்சி தருகிறது. போராட்டங்களுக்கு இடையில் புதைந்து கிடக்கும் அமைதியைத் தேடுவதாகிறது என் இலக்கியப் படைப்பு.

அகாதெமி விருது பெறும் 'காதுகள்' என்கிற என் நாவல் என் வாழ்க்கை வரலாற்றில் ஒரு சிறிய பகுதி. என் வாழ்க்கை உங்கள் வாழ்க்கை போன்றது அல்ல என்பதே இதன் தனித்தன்மை. பகுத்தறிவையும், அறிவியலையும் நம்புகிறவர்களுக்கு அது திகைப்பு தருகிறது. அதற்கு நான் என்ன செய்ய?

இந்த நாவலின் கதாநாயகன் மகாலிங்கம், ஓர் எழுத்தாளன். செல்வத்தோடும் செல்வாக்கோடும் வாழ்ந்தான். அவனுக்கு 36, 37 வயதாகும்போது திடீரென்று உள்ளிருந்தும் வெட்டவெளியிலிருந்தும் குரல்கள் ஒலிக்கத் தொடங்கின; ஆபாசமாகவும் பயங்கரமாகவும் 24 மணி நேரமும் கத்திக் கொண்டிருந்த அதைத் தொடர்ந்து கற்பனைகூடச் செய்யமுடியாத கோர உருவங்களும் அவனைச் சூழ்ந்திருந்தன.

மகாலிங்கம் நிலைகுலைந்தான். ஆனால், அவனுடைய புத்தியோ 'நான்' என்னும் உணர்வோ சிறிதும் பிசகவில்லை. தன்னுள்ளும் தன்னைச் சுற்றிலும் நிகழ்வதை ஒரு சாட்சியாக இருந்து கவனித்து வந்தான். அவன் ஓர் எளிய பக்தன்; திருமுருகன் என்னும் தெய்வத்தையே குருவாக வரித்துக் கொண்டவன். அருவருப்பு தரும் உருவங்கள், ஆபாசமான சொற்களை உமிழ்வதைச் சகிக்க முடியாமல் அவ்வப்போது தன் இஷ்ட தேவதையின் உருவப்படத்தின் முன்னிலையில் சென்று முறையிடுவதைத் தவிர, அவனுக்கு வேறு வழி இல்லை.

தாமச சக்தி தன்னைக் காளி என்று கூறிக்கொண்டது. மகாலிங்கம் முருகனை வழிபடக் கூடாது என்றும், தன்னைத்தான் வழிபட வேண்டும் என்பதும் தாமசத்தின் மையக் கருத்து. அந்தக் கருத்தை மகாலிங்கம் ஏற்க வேண்டும் என்பதற்காகவே பல பயங்கரமான அருவருப்பு தருகிற பிரமைக் காட்சிகளை அலை அலையாகத் தோற்றுவித்தபடி இருந்தது.

இந்த அனுபவம் தொடங்கியதைத் தொடர்ந்து அவனுடைய செல்வமும் செல்வாக்கும் சரிந்தன; வறுமையும் அவன் கால்களைக் கவ்விக்கொண்டது. சுமார் 20 ஆண்டுகள் இந்த அதிசுந்தரமான, அதிபயங்கரமான அனுபவம் நீடித்தது. அமானுஷ்யமான தமஸ்ஸும், அதிமானுஷ்யமான சத்துவமும் தன்னுடைய அகத்திலும் புறத்திலும் நடத்தும் போராட்டத்தை உதாசீனம் செய்துகொண்டு அவன் சில நாவல்களும் குறுநாவல்களும் பல சிறுகதைகளும் எழுதினான். ஏராளமான மொழிபெயர்ப்புகள். ஐம்பதுக்கும் அதிகமான வாழ்க்கை வரலாறுகள். பல பொதுஅறிவு நூல்களையும் எழுதிக் குவித்தான்.

தாமச சக்தியின் தாக்குதலில் ஆரம்பித்த 'காதுகள்' என்னும் நாவல் அதை வென்று ஒழிக்கவல்ல சத்துவ சக்தியின் தோற்றத்தோடு முடிவு பெறுகிறது. தேடல் தொடருகிறது.

ஆம். தேடல் தொடருகிறது. திரும்பிப் பார்த்தால் ஒரே ஆச்சர்யமாக இருக்கிறது. யாரும் இல்லாத இடத்தில் இல்லாத ஒன்றைத் தேடி அலைந்தேனோ என்று சில சமயம் சந்தேகம் தோன்றுகிறது. இந்த என் வாழ்க்கையின் ரகசியம்தான் என்ன?

இந்த என் வாழ்க்கை விளங்க மறுக்கும் ஒரு புதிராகவே தோன்றுகிறது. இதனை எனக்குத் தெளிவுபடுத்தும் தத்துவம்தான் என்ன?

நான் என் ஆசானின் சொல்லுக்காகக் காத்திருக்கிறேன்.

'காதுகள்' நாவலுக்கு 1993ஆம் ஆண்டு சாகித்திய அகாதெமி விருது பெற்றபோது எம்.வி. வெங்கட்ராம் ஆற்றிய ஏற்புரை.

வெளிவராத நாவலிலிருந்து ஒரு பகுதி

மீகாய் கெரூ? (நானென்ன செய்யட்டும்?)

எம். வி. வெங்கட்ராம்

ரகுராமன் வாசலுக்கு வந்தான். வாசலில் வெயில் கூர்மையாக இருப்பதைக் கண்டு கைக் கடிகாரத்தில் மணி பார்த்தான். மூன்றேகால்தான் ஆகியிருந்தது. 'எத்தனை மணி ஆனால் என்ன?' என்று எண்ணியபடி கிழக்கு நோக்கி நின்றான். அவனுக்கும் கிழக்கில்தான் விடியவேண்டும். கிழக்கோ அர்த்தம் இல்லாத வெறும் தெருவாய்க் கிடந்தது. ஓங்கி நின்று, வருவோர் வருவதற்கும், போவோர் போவதற்கும், இருப்போர் இருப்பதற்கும் வழிவிட்டு, வருவாரையும் போவாரையும் இருப்பாரையும் பற்றின நினைப்பும் இல்லாமல் நிலைத்து இருப்பதால் 'வாயில் நிலை' என்ற பெயர் ஏற்பட்டிருக்கிறதா? வீட்டுவாசல் அதற்கு மட்டும் அல்ல; நின்று எதிர்பார்த்து ஏங்கி, ஏமாந்து காத்திருந்து கவலைப்படுவதற்கும் பயன்படுகிறது என்பதை ஐந்து நாளாய் ஆழமாகவும், கனமாகவும் உணர்ந்து கொண்டிருந்த ரகுராமன், வாசலுக்குத் தான் போவதை யாரும் கவனிக்கவில்லை என்பதை, சுற்றிலும் பார்த்து உறுதி செய்துகொண்டான்.

"மொன்று செர்க்கோஸ் நஹீ. அஜாக்கிரதை லெங்கால் கயிண்டோ புஸ்கோ ஹொய்யோ" (மனசே சரியாக இல்லை. அஜாக்கிரதையால் ஜரிகை சிக்காகி விட்டது) என்று மனசைப் பெருமூச்சால் ஆற்ற முயன்றான். மனசு என்றைக்குத்தான் சரியாக இருந்தது?

அப்படி ஒரேயடியாக மனசு என்றைக்குமே சரியாக இருக்கவில்லை என்று சொல்லிவிட முடியுமா? ஐந்து ஆண்டுகளுக்கு முன்பு மணப்பந்தல் முழுவதும் நிறைந்து, அவனுடைய அகத்தையும் ஆக்கிரமித்துக் கொண்ட 'மீரா' என்ற உடலழகின் கழுத்தில் தாலிக் கயிற்றைக் கட்டியது முதல்தான் மனசு பலவிதங்களில் பல கோணங்களில் கோணிக்கொண்டே போகிறது, வருகிறது; அவனுடைய விருப்பப்படியா மனசு கேட்கிறது? நாளின் கோளின் விருப்பத்துக்குத் தக்கத்தானே அதுவும் கோணுகிறது; கோணிக் கோணி அதை வெவ்வேறாய்க் காட்டுகிறது.

இன்று புதன், நாளைக்கு வியாழன்; நாளை மறுநாள் வெள்ளி, வெள்ளிக்கிழமை எந்தப் பெண்ணையும் பெற்றோர் புகுந்தவீட்டுக்கு அனுப்ப மட்டார்கள். ஆகையால் மீரா பிறந்த வீட்டிலிருந்து இங்கே திரும்புவதானால் இன்று வரவேண்டும், அல்லது நாளைக்கு வந்துவிட வேண்டும். சப்கோர்ட் சப்ஜட்ஜ் வைத்த கெடு. மனைவி கணவனோடு கூடி வாழ்வதற்கு, கோர்ட்டார் இட்டுள்ள கட்டளை அது. ஒருவாரத்தில் மீராவின் தகப்பனார் அவளைக் கணவன் வீட்டில் சேர்த்துவிட வேண்டும்

என்று ஜட்ஜ் கேட்டுக் கொள்வது போல் கட்டளை இட்ட மீராவின் தந்தை, இடுப்பில் ஜரிகை அங்கவஸ்திரத்தைக் கட்டிக்கொண்டு, வலது கையால் வாயைப் பொத்திக்கொண்டு அந்த ஆணையை ஒப்புக் கொண்டார்; அல்லது ஒப்புக்கொள்வது போல நடித்தார்.

ஒருவாரத்தில் நாலு நாட்கள் போய்விட்டன; எஞ்சிய மூன்று நாட்களில் ஒருநாள் வெள்ளிக்கிழமை பயனற்ற நாள். இன்றோ, நாளையோ மீரா வந்தாக வேண்டும். இது ரொம்பவே சின்னக் கணக்கு; ஆயினும் அவன் அதையே திரும்பத் திரும்பப் போட்டுக் கொண்டிருந்தான். இரண்டு விடைகள் வந்தன.

கோர்ட் ஆர்டருக்குக் கட்டுப்பட்டு அவளைப் பெற்ற மகானுபாவர் 'போகலாம்' என்று அனுமதி தந்தால், அவள் வரலாம். 'அந்த ஜட்ஜ் ஒரு மடையன். அவன் சொல்வதை நான் ஏன் கேட்க வேண்டும்? அந்தப் புதிய பணக்காரனை சுப்ரீம் கோர்ட் வரை இழுத்தடித்து அவமானப்படுத்துகிறேன். பார். மீரா, நீ இதைப் பற்றி எல்லாம் கவலைப்படாதே...' என்று அவர் வக்கரித்து மறுபடியும் முருங்கை மரம் ஏறிவிட்டால்...

அப்படி நடந்துவிடுமா? மீரா வரமாட்டாளா? அவளுடைய அப்பா அனுப்ப மாட்டாரா? அவர் அனுப்பாவிட்டால் என்ன, அவளாக வந்துவிட முடியாதா? பெற்றவனை விடக் கட்டியவனே ஒருத்திக்கு உயர்ந்தவன் என்ற சின்ன சங்கதி அவளுக்குத் தெரியாதா? ஒரு பெரிய கேள்வி படார் என்று நொறுங்கிப் பொடியாகிய பல சில்லறைக் கேள்விகள் தாமாகவே ஒன்றுகூடி ஒருபெரிய கேள்விப் பிண்டமாய்த் தலையில் குட்டியது:

மீரா வரவே மாட்டாளா?

"அவ வித்தாரக் கள்ளி; திரும்பிவரமாட்டா; அவ அப்பன் ஒரு கிறுக்கன். கிறுக்கன் பொண்ணு, கிறுக்கியாத்தானே இருப்பா? இந்தப் பீடையைத் தொலைச்சி முழுகிவிட்டு, நல்ல இடமாப் பார்த்து ரகுவுக்கு இரண்டாம் கல்யாணம் முடிக்க வேண்டியதுதான்..." அம்மாவுக்கு நார்த்தங் குருவிக் குரல்; கொஞ்ச நேரம் கேட்டால் சுகமாய் இருக்கும்; ஓயாமல் கேட்டுக் கொண்டிருந்தால் உடம்பு வலிக்கத் தொடங்கும்.

"அப்பன் கிறுக்காக இருக்கலாம். ஆனா, மீராவைப் பத்தி நீ சொல்றது சரியில்லே. சின்னப் பொண்ணு பெத்தவர் சொல்றதை மீறி அவ என்ன செய்ய முடியும்?" கழுத்தோடு நஞ்சை நிறுத்திக் கொண்ட நீலகண்டரைப் போல், சம்பந்தி செய்த எல்லா அவமானங்களையும் நெஞ்சில் போட்டுக் கொண்டு அமைதியாகப் பேசுகிற அப்பாவின் குரல்.

அம்மா: "அவளா சின்னப் பொண்ணு? இந்நேரம் முழுசா ரெண்டு குழந்தை பெத்துக் கொடுத்திருப்பா. அப்பன்காரன் செய்றது நியாயமில்லேன்னு தோணுது. அவ பாட்டுக்குப் புருசனைத் தேடிக்கிட்டு வரவேண்டியதுதானே? புருசன் பெரிசுன்னு நினைக்கிற பெண்ணாயிருந்தா அப்படித்தானே செய்வா? கடாமாடாட்டம் வளர்ந்திருக்கா. இந்த அறிவு கூடவா இருக்காது?"

அப்பா: (அவருக்கு மீராவிடம் அன்பும் பாசமும் இருந்தனவோ, இல்லையோ, அவளைப் பழித்துப் பேசினால் ரகுவின் மனம் புண்ணடையுமே என்ற கவலை இருந்தது) "சம்பந்தியைப் பத்தி நீ என்ன வேணுமானாலும் சொல்லு; மருமகளைப் பத்தி இப்படி பேசாதே. நாளைக்கு அவ திரும்பி விட்டா நீயே அவளை ..."

அம்மா: "அவ திரும்பப் போறதுமில்லே; நா அவளை மடியிலே வச்சிக்கிட்டு கொஞ்சப் போறதுமில்லே..."

அப்பா: "உன் வாயிலே நல்ல சொல்லே வராது உனக்கு விஷ நாக்கு. இப்படி பேசிப் பேசித்தான் அந்தப் பெண்ணுக்கு இந்த வீடே பிடிக்காமப் போச்சு"

அம்மா: "சொல்லுங்கோ. நீங்க சொல்லாவிட்டா வேறே யார் சொல்லப் போறாங்க? நீங்க இப்படி பேசிப் பேசித்தான் ஊர்பூராவும் எனக்குப் பெயராகி இருக்கு, மருமகளை வாழவிடாமே துரத்தி விட்டேன்னு. அந்த கிராக்கு சம்பந்தி அதைத்தானே சொல்றா. சொல்லுங்கோ, தம்பட்டம் கட்டிக்கிட்டு ஊரெல்லாம் சொல்லுங்கோ."

பிறகு என்ன? அப்பா அவளுடைய சத்தத்துக்குப் பயந்தவர். அது அவளுக்கும் தெரியும். ஆகையாலேயே பெரிய சத்தமாகப் போடுவாள். அப்பா ஒதுங்கிவிடுவார். அவள் கேட்பார் இல்லாததால் ஓய்வாள். விலங்குகளுக்குப் பல்லும் நகமும் ஆயுதம் என்பார்கள்; தோலும் நிறமும் தற்காப்புக் கவசம் என்பார்கள். அம்மாவுக்குக் குரலே ஆயுதம், அதுவே கவசம். தற்காப்புக்கு மட்டும் அல்ல, எதிர்த்துத் தாக்குவதற்கும் உதவும் வலிய ஆயுதம்.

இது சிறிது வர்ண பேதத்துடனும், ஒலி பேதத்துடனும் தினசரி நடக்கும் காட்சி...

'கணவன் வேண்டும்' என்று எண்ணுகிற ஓர் இளம் மனைவி தானாகவே அவளைத் தேடி வர வேண்டாமா என்பது அம்மாவின் நியாயமான கேள்வி.

"இளம் பெண், பெற்ற தந்தையை மீறி எப்படிச் செயல்பட முடியும்?" என்பது அப்பாவின் நியாயமான கேள்வி.

ஒன்றுக்கொன்று முரண்பட்ட இந்த நியாயமான கேள்விகளுக்கு விடைதான் தெரியவில்லை. விளைவுகள் மட்டும் நாளுக்கு ஒரு புண்ணாய் மனத்தில் பெருகிக் கொண்டிருந்தன.

அவனே கேட்கிறான்: ‘மீரா, நீ ஏன் வரவில்லை? நான் உனக்கு அவ்வளவு மறதி ஆகிவிட்டேனா? நீ வராததன் அர்த்தம், நீ என்னை ஒரு பொருளாய் நினைக்கவில்லை என்பதுதானா? அப்படி நீ நினைக்கவில்லை என்று எனக்குத் தெரியும். நீ என்னை ஒரு பொருளாய் நினைக்கிறாய் என்றால் அதையும் நீ காட்டிக் கொள்ளவில்லை. இப்போது நீ வந்தாலும் நீயாக, நீ விரும்பி, நீ எனக்காக ஏங்கி நான் வேண்டும் என்று துடித்து வரவில்லை. கோர்ட்டில் நீதிபதியின் கட்டளை. நீ என்னோடு வாழ வேண்டும் என்று கோர்ட்டு உத்தரவு. அந்த உத்தரவுக்கு உன் தகப்பனார் பயந்துவிட்டார். உன்னை என்னிடம் அனுப்புகிறார். அவர் அனுப்புவதால்தான் நீ வருகிறாய். மீரா, உனக்கு என் நினைவே இல்லையா? நான் உனக்கு ஒரு தேவைப் பொருளாகவும் தோன்றவில்லையா?’

மீரா என்ற சொல் பெண் வடிவாய், ஆனால் உருவத்தை வெளியில் காட்டிக் கொள்ளாமல் உடலை நப்போல் வளைத்துச் சுருட்டிக் கொண்டு அவன் மனத்தில் கிடந்தது. அவன் கூப்பிட்ட குரலுக்கு அது தலைதூக்கிக் கூடப் பார்க்கவில்லை. அவளுடைய தகப்பனார் கூப்பிட்டால் அது நேராக எழுந்து உட்கார்ந்து அவரிடம் ஓடிவிடுமோ?

அவளுடைய மனசுக்கு மட்டும் அல்ல, உடல் கூட அவனை வேண்டவில்லை என்ற கொதி நினைவு, அவனுடைய உள்ளத்தின் ஒரு மூலையில் ரத்தம் கசிந்து கொண்டிருந்த ஒரு புண்ணைக் கிளறி விட்டதால் அவன் துடிக்கலானான். மானம், கௌரவம், அந்தஸ்து என்ற சங்கிலிகளால் அவனுடைய கைகால்கள் கட்டப்படாமல் இருந்தால், எழுத்தறிவோ, நாகரிகமோ தெரியாத வெற்றாக இருந்திருந்தால் அப்போதே அப்போதே என்ன, எப்போதோ அவன் மூன்றாவது தெருவில் இருக்கும் மாமனார் வீட்டில் புகுந்து, அவளுடைய அறைக்கு விரைந்து, அவளுடைய தலைமயிரைப் பிடித்து கன்னங்களிலும், முதுகிலும், ஏன் உடலின் நாசூக்கான இடங்களிலும் அடித்து உதைத்து, தெருவுக்கு இழுத்து வந்து, ‘கழுதை, ஓடு வீட்டுக்கு! திரும்பிப் பார்த்தால் கொன்று விடுவேன்!’ என்று அவளுடைய பிருஷ்ட பாகத்தில் ஓங்கி உதைவிட்டு...

உணர்ச்சி காட்டிய இக்காட்சியை மனமொன்றிப் பார்த்தபடி, ஜரிகைப் பாவைப் பிரிக்க முயன்றபோதுதான் கை தவறி ஜரிகைப் பாவு சிக்கலாகி விட்டது.

எம்.வி.வி.யைப் பற்றி மூன்று நாவலாசிரியர்கள்
தி. ஜானகிராமன்

எம்.வி.வெங்கட்ராமனை அறிமுகப்படுத்தவில்லை; ஞாபகப் படுத்துகிறேன். அதுகூட நகைப்புக்கிடமான காரியம்தான். ஏனென்றால், வெங்கட்ராமன் இருபத்தெட்டு வருஷங்களாக எழுதிவருகிறவர். பதினாறு வயதிலிருந்தே எழுதிவருகிறார் என்று ஞாபகம். மாணவராக இருந்த போதே அவர் கதைகள் பழைய மணிக்கொடியில் வந்து கொண்டிருந்தன. பின்பு கலாமோகினி, கிராம ஊழியன், சிவாஜி, ஜோதி, அவரே ஆரம்பித்து நடத்திய 'தேனீ' முதலான பத்திரிகைகளில் எழுதி வந்திருக்கிறார். வாசகனை நிமிர்த்தி உட்கார வைக்கும் அதிர்ச்சியும் ஆற்றலும் உள்ள எழுத்து அது. சோதனை சோதனை என்று விமர்சகர்களின் அளவுகளையே வைத்துப் பார்க்கும்பொழுது, சிறுகதைத் துறை ஒன்றிலேயே அவர் செய்துள்ள சோதனைகளை வேறு யாரும் செய்ததில்லை. ஆனால் தமிழ்நாட்டில் வந்துள்ள பல விமர்சகர் கட்டுரைகளில் அவற்றைப் பற்றி யாரும் அவ்வளவாகப் பேசியதில்லை. நான் ஆரம்பத்தில் சொன்ன காரணமாகத்தான் இருக்க வேண்டும். ஒரு விமர்சகன் எல்லாவற்றையும் படித்திருக்கத்தான் இயலாது.

'நித்ய கன்னி', 'இருட்டு', 'உயிரின் யாத்திரை' என்று மூன்று நாவல்கள் இதுவரை வெளியாகியிருக்கின்றன. வயிற்றுப் பாட்டுக்காக அவர் மொழிபெயர்த்த சில நூல்களும் வெளியாகியுள்ளன. சிறுகதைகள் வரவில்லை. சிறுகதைகள்தான் 'விக்கமாட்டேங்கு' தாமே!

வெங்கட்ராமனின் கதைகள் மேகம் போன்றவை. அவற்றின் உருவ ஓரங்கள் விமர்சகர்களின் வரைபடக் கோடுகளை ஒட்டி வராமல் துருத்திக் கொண்டோ உள்தள்ளியோ இருக்கலாம். ஆனால் அதுவே வடிவமாகி விடும். தனித்தன்மை பெற்றதாக இருக்கும்.

மகாபாரதத்திலும், நம் நாட்டின் பழைய இலக்கிய மரபுகளிலும் நன்கு தோய்ந்தவர் வெங்கட்ராமன். மகாபாரதச் சம்பவங்களையும், பாத்திரங்களையும் புதுக் கண்கொண்டு பார்த்த அவருடைய பல கதைகள் சொந்த சிருஷ்டிகள்தான். வடமொழி இலக்கிய விமர்சகர் ஆனந்த வர்த்தனன் நாடகாசிரியனுக்குச் சிபாரிசு செய்துள்ளது போல, கதையை மட்டும் எடுத்துக் கொண்டு, தன் சொந்தக் கற்பனையால் புதிய செயலும்

ஊக்கமும் பெறும்படி பாத்திரங்களைத் தூண்டியிருக்கிறார். 'நித்ய கன்னி' என்பது இப்படி வந்த ஒரு புது முயற்சி. அபாரமான சுய அனுபூதியுடன் மாதவியின் உள்ளத்தில் தோய்ந்து, ஒரு பெண்ணின் ஏக்கங்களையும்-கனவுகளையும் சித்திரிக்கிறார் வெங்கட்ராமன்.

'இருட்டு', 'உயிரின் யாத்திரை' ஆகிய இரு நாவல்களும் மனிதனின் ஆத்ம விசாரத்தையும் இரட்டை வாழ்க்கையையும் பாத்திர உருவில் தெளிவுபடுத்திக் காட்டுகிற புதிய முயற்சிகள். அவருடைய தைரியமும் - தனித்தன்மையும் விசிறிக்கொண்டு நம்மைத் தாக்குகிற படைப்புகள் அவை. வெங்கட்ராமன் 1947-க்குப் பத்து வருடங்கள் முன்பாகவே எழுதத் தொடங்கி, சிறுகதையில் பல வெற்றிகள் அடைந்தவர். 1947-64 என்று சொல்லும்பொழுது இந்த மூன்று நூல்களும் எனக்கு ஞாபகம் வந்தன. 'நித்ய கன்னி' 1947-க்கு முன்னமே எழுதப்பட்டதாக ஞாபகம். பாதகமில்லை. நடுவில் பல ஆண்டுகள் அவர் எழுதுவது தடைப்பட்டிருந்தது. எனவே நித்ய கன்னியையும் இந்தக் காலத்தில் சேர்க்கலாம்.

அவருடைய சிறுகதைகள், என்று புத்தக உருவில் வரப் போகின்றனவோ... தெரியவில்லை. எழுத்தாளர்கள் கூட பிரசுரகர்த்தர்களாக மாறும்போது பக்கத்துக்கு ஒரு ரூபாய் வாங்கிக்கொண்டு, சர்வ வில்லங்க சுத்தியாக உரிமையை எனக்கு எழுதிக்கொடு என்று இன்னும் கேட்கிற இந்த நாளில், இத்தகைய நல்ல புத்தகங்கள் வர நாள் பிடிக்கத்தான் செய்யும்.

எம்.வி.வி., கிருத்திகா, பராங்குசம் மூவரைப் பற்றியும் தி. ஜானகிராமன் இலக்கிய வட்டம், 3 ஜூலை 1964இல் எழுதிய கட்டுரையில் எம்.வி.வி.யைப் பற்றி எழுதிய பகுதி இது.

வல்லிக்கண்ணன்

எழுத்து உலகத்தைப் பற்றி எண்ணுகிறபோது - பரபரப்பும், பகட்டும், விளம்பரமும், போலிப் பிரகாசமும் மிகுந்துவிட்ட பத்திரிகை புத்தகச் சந்தைகளைப் பற்றி நினைக்கிறபோது - சில நல்ல எழுத்தாளர்களின் திறமையைக் கருதுகிறபோது - எனது எண்ணப் பரப்பிலே தோன்றும் நிலையான மணிகளுள் எம்.வி. வெங்கட்ராம் நினைவும் ஒன்று.

எம்.வி. வெங்கட்ராம் அவர்கள் விசால நோக்கும் ஆழ்ந்த கற்பனையும் அகண்ட அனுபவ ஞானமும் அண்மையான உணர்வுகளும், கூரிய சிந்தனையும் கொண்டவர். இப்பண்புகளை எழுத்தில் எவ்வாறு திறமையாக இணைப்பது என்பதை நன்கு அறியும் தேர்ச்சியும், ஆற்றலும் பெற்றவர். இதை அவரது கதைகள் நன்கு எடுத்துக் காட்டும்.

இவர்தம் கதைகளில் பலவிதமான சோதனை முயற்சிகளும் செய்து வெற்றி கண்டிருக்கிறார். எந்த விஷயத்தையும் அவர் ஒதுக்கி விடுவதில்லை. பலர் தொடக் கூசுகிற விஷயங்களைக் கூடக் கதைக் கருவாக்கி, கலை ஒளியும் இலக்கிய மெருகும் சேர்த்திருக்கிறார். புதிய புதிய பிரச்னைகளை, தமது கதைகளுக்கு அடித்தளம் ஆக்குவது போலவே, மிகப் பழம் பிரச்னைகளையும் கதைப் பொருளாகக் கொண்டு ரசிகர்கள் வியந்து போற்றும்படியான கட்டுமான வேலையைச் செய்திருக்கிறார். புராண விஷயங்களைக் கொண்டு அழகிய, இனிய, நல்ல கதைகள் பலவற்றை - 'திலோத்தமை' போன்றவை - எம்.வி.வி. சிருஷ்டித்திருக்கிறார். அஸ்திவாரம் தான் பழசு; அதன் மீது அவர் அமைக்கிற படைப்பு வேலைகள் புத்தம் புதியவை; அற்புதமானவை.

உணர்ச்சிகளுக்கு முக்கியத்துவம் கொடுத்து அழகாகச் சொல் சித்திரங்கள் படைத்திருக்கிறார் எம்.வி.வி. இவரின் தமிழ் நடையிலே, கதை பின்னும் திறமையிலே, ஒரு மிடுக்கும் எடுப்பும் ஆழமும் அழுத்தமும் உண்டு. தனக்கெனத் தனி நோக்கு கொண்ட ஒரு சில எழுத்தாளர்களில் அவரும் ஒருவர்.

1964ல் வெளியான 'குயிலி' சிறுகதைத் தொகுப்பில் வல்லிக்கண்ணன் எம்.வி.வி.யைப் பற்றி எழுதியலிருந்து சில பகுதிகள்.

கரிச்சான் குஞ்சு

மணிக்கொடி எழுத்தாளர்களின் கடைசி வாரிசு திரு.எம்.வி. வெங்கட்ராம் ஆவார். முதல் முதலாக, எம்.வி.வி.யை அவருடைய மாணவப் பருவத்தில், தி. ஜானகிராமனுடன் சென்று பார்த்த அனுபவம் இன்னும் என் கண் முன்னே நிற்கிறது. அவரை அப்போது பார்த்த அந்த அமைதி குடியிருக்கும் முகமும், சாந்தமான தோற்றமும், பேச்சும் இன்றும் அப்படியே இருக்கின்றன.

அன்றும் சரி, இன்றும் சரி, அவரைப் பார்ப்பதும், அவருடன் பேசிக்கொண்டு இருப்பதும் ஓர் அலாதியான அனுபவம்தான். அவர் வாழ்க்கையின் ஒவ்வொரு கட்டத்திலும் அடைந்திருக்கின்ற அனுபவங்கள் பல்வேறு வகைப்பட்டவை. செல்வக் களிப்பு, வறுமை ஆகிய இரு நிலைகளிலும் வாழ்ந்தவர்.

அவர் படைத்திருக்கும் இலக்கியங்களின் தரம் விலை மதிக்க முடியாதது ஆகும். அவருடைய நாவல்களான அரும்பு, வேள்வித்தீ, நித்ய கன்னி போன்றவை அரிய பொக்கிஷங்கள் ஆகும்.

1948-ல் அவர் நடத்திய 'தேனீ' பத்திரிகையில் அவர் ஆசிரியராகவும், நான் துணை ஆசிரியராகவும் இருந்த அந்தக் காலங்கள் வாழ்க்கையில் என்றுமே மறக்க முடியாதவை. அதன் பிறகு இன்று வரை எங்கள் நட்பு வளர்ந்து வந்திருப்பதை நான் மிகப் பெருமையுடன் நினைத்து இன்பம் எய்துகிறேன்.

நண்பர் க.பெ. செந்தில்வேலு 1987ல் பாரதிதாசன் பல்கலைக் கழகத்துக்கு அளித்த 'எம்.வி. வெங்கட்ராம் ஓர் அறிமுகம்' என்ற முதுகலை பாடத்திட்ட ஆய்வுக் கட்டுரையில் கரிச்சான்குஞ்சு கூறியதாகச் செய்த பதிவிலிருந்து...

வெளிவராத இரு பேட்டிகள்

எனது நண்பர் க.பெ. செந்தில்வேலு தமிழ் முதுகலை பாடத் திட்டத்தின் ஒரு பகுதியாக 3.4.1987 அன்று பாரதிதாசன் பல்கலைக் கழகத்துக்கு அளித்த திட்ட ஆய்வுக் கட்டுரைக்காக எம்.வி.வி. அளித்த பேட்டி.

1. **தங்களின் இலக்கிய ஈடுபாடு குறித்துச் சொல்லக்கூடிய சில கால கட்டங்களைப் பற்றி...?**

   எப்போது நான் எழுத ஆரம்பித்தாலும், அது என்னுடைய காலகட்டம்தான். காலகட்டம் என்பது வருடக் கணக்கில் கூறுவது அல்ல.

   ‘நித்ய கன்னி’யை எழுதுகின்றபோது இரவு சாப்பிட்டுவிட்டு, அந்தக் கருவையே அசைபோட்டுக் கொண்டிருந்தேன். பின் அனைவரும் உறங்கச் சென்றபிறகு, நள்ளிரவில் எழுதினேன். ஒவ்வொரு நாளும் ஒரு அத்தியாயம்தான் எழுதினேன். இதை ஒரு கால கட்டமாகக் கூறலாம்.

2. **உங்கள் இலக்கியக் குழுவில் இடம் பெற்றிருந்தவர்கள் யார் யார்? உங்களுக்குள் உங்கள் படைப்புகளையெல்லாம் விமர்சனங்கள் செய்து கொள்வதுண்டா?**

   குடந்தையில், ந.பிச்சமூர்த்தி, கு.ப.ரா., மௌனி, தி. ஜானகிராமன், கரிச்சான்குஞ்சு, சுவாமிநாதஆத்ரேயன் மற்றும் சிலர் மாலை வேளைகளில், தொண்டர் கடையிலோ, கணபதி விலாஸ் ஹோட்டலிலோ கூடுவோம்.

   எங்களுக்குள் விமர்சனங்கள் நடக்கும். நிர்தாட்சண்யமாகக் கூட செய்ததுண்டு. நான், தி.ஜா.வின் முதல்நாவலைப் பற்றி ‘கலா மோகினி’ பத்திரிகையில் எழுதினேன். நாவல் சரியாக இல்லை என விமர்சித்தேன். அதேபோல், ‘மோக முள்’ பற்றியும் அதில் உள்ள குறைகளைப் பற்றியும் சுட்டிக் காட்டினேன். இதேபோல், அவரும் என்னுடைய ‘அரும்பு’ பற்றி சில குறைகளைச் சொன்னார். அதனால் எங்கள் இரண்டு பேருக்கும் இருந்த நட்புறவில் எந்தக் களங்கமும் என்றும் ஏற்பட்டதில்லை.

   இதேபோல், கு.ப.ரா.வின் ‘அழகு’ என்ற கட்டுரை ‘கிராம ஊழிய’னில் இரண்டு பக்கத்திற்கு வந்தது. அதைப் படித்ததும் அவர் வீட்டுக்கு விரைந்து சென்று பாராட்டினேன். இவ்வாறாக ஒருவர் படைப்பை ஒருவருக்கொருவர் பாராட்டுவதும், விமர்சனம் செய்து கொள்வதும் உண்டு.

3. ஒரு படைப்பு எப்படி உருவாக்கப்படுகிறது? "படைப்பு ஒரு பிரசவம்" என்பார்களே, அதுபற்றி உங்கள் கருத்து என்ன?

என்னுடைய சொந்த விருப்பு வெறுப்புகள், நட்பு, பகைமைகள் யாவற்றையும் நான் என் படைப்பில் கொண்டு வந்திருக்கிறேன். இவை என் நெஞ்சில் பாத்திரங்களாக உறுத்திக் கொண்டே இருக்கும். அதை படைப்புகளாக வெளிப்படுத்தி விடுகிறேன். நான் அறிவுபூர்வமாய் எழுதுவதை விட உள்ளுணர்வின் (Intuition) மூலம்தான் எழுதுகிறேன். என்னுடைய படைப்புகளில் அறிவும், உள்ளுணர்வும் முரண்படுவதில்லை.

எழுதி முடிக்கும் வரை வயிற்றுக்குள் கர்ப்பம் இருப்பது போல் கஷ்டப்படுகிறேன். அதைப் பற்றிய நிலையிலேயே உண்டு உறங்கி, உயிர்த்து வாழ்கிறேன். பின் அவை ஒரு படைப்பாக வெளி வருகின்றபோது, நல்ல அழகான குழந்தையைப் பெற்றெடுத்த தாயின் மனநிலையைப் போன்ற பரவசம் அடைந்திருக்கிறேன். சில நேரங்களில் என் படைப்புகளைப் படைத்தபிறகு கால்கள் தரையில் படாமல் இருந்திருக்கின்றேன். பெரிய சாதனை செய்து விட்டதாக நினைத்துக் கொள்வேன். என்னுடைய 'அம்மையே அப்பா!' என்ற குறுநாவல் வெளிவந்தபோது, அப்படி ஒரு இன்பமான பரவச நிலையை அடைந்தேன். பிரசவம் வேதனைதான். பிரசவம் இன்பமும் தான்...!

4. இன்னும் உங்கள் உள்ளத்தில் உறுத்திக் கொண்டிருக்கக் கூடிய பாத்திரங்கள் ஏதாவது இன்னும் வெளிவராமல் இருக்கிறதா?

இருக்கிறது. நான் எப்போதும் பிரச்னைகளைத்தான் சொல்கிறேன். தீர்வு சொல்ல வேண்டிய பொறுப்பு எனக்கு அல்ல. ஏனென்றால், நான் டாக்டர் அல்ல. இப்போது ஒரு நாவல் எழுதிக் கொண்டிருக்கிறேன். சௌராஷ்ட்டிரத் தலைப்பு கொண்ட 'மீ காய் கெரு' என்பதுதான் அது.

இதில் பாத்திரப் படைப்பை முக்கியமாக வைத்து எழுதிக் கொண்டிருக்கிறேன். இதில் சில புதிய பாத்திரங்களை அறிமுகப்படுத்த இருக்கிறேன். என்னுடைய, கதைத் தலைவனை குறைபாடுகள் உடையவனாகச் சித்திரித்துள்ளேன். யாருமே எழுதாத வித்தியாசமான முறையில் இந்த நாவலில் சில பாத்திரங்களைப் படைக்க உள்ளேன்.

5. உங்கள் படைப்புகளில் உங்களுக்கு ஆத்ம திருப்தி தந்தது எது?

என்னுடைய எல்லா நாவல்களும், சிறுகதைகளில் சிலவற்றைத் தவிர மற்ற அனைத்தும் எனக்கு ஆத்ம திருப்தி தருபவைதான். 'அரும்பு' நாவலை நான் பெரும் படைப்பாக நினைக்கிறேன். இன்னும் அந்த நாவலை வாசகர் உலகம் புரிந்துகொள்ளவில்லை என்றே எண்ணுகிறேன்.

6. "நான் எழுத்தாளன் ஆனதற்கு என்னுடைய முன் ஜென்மத் தீவினைகள் தான் காரணம்" என்று கூறியுள்ளீர்கள்? எதனால்?

இந்த வார்த்தைகள் ஒரு விரக்தியின் வெளிப்பாடாக அந்தச் சமயத்தில் சொன்னதே தவிர, வேறு இல்லை. பெரும்பாலும் உலகத்தில் எந்த நாட்டிலும், எழுத்தாளனுக்கு அவன் கால கட்டத்தில் சரியான மரியாதை இருந்ததாகத் தெரியவில்லை. ஹோமர், தாகூர், புதுமைப்பித்தன், கு.ப.ரா. இவர்களைச் சொல்லலாம். இந்தச் சமூகத்தில் ஒரு டாக்டருக்கு உள்ள மரியாதையோ, ஒரு வக்கீலுக்கு உள்ள மரியாதையோ கூட ஓர் எழுத்தாளனுக்குக் கிடைக்கப் பெறுவதில்லை. குறிப்பாகத் தமிழகத்தில் அது சுத்தமாகக் கிடையாது. கேரளாவில் கூட ஓரளவு மரியாதை இருக்கிறது. இதை எண்ணித்தான் அவ்வாறு கூறினேன்.

7. எழுத்துத் தொழில் வாழ்க்கைக்கு எந்த அளவு பயன்படும்? அப்படி உங்களுக்குப் பயன்பட்டிருக்கிறதா?

'எழுத்து' முதலில் 'தொழிலே' இல்லை. அது அவனுடைய வாழ்க்கை. நான் என்னுடைய சொந்த இலக்கியப் படைப்புகளின் மூலம் பணம் சம்பாதித்தது மிகக் குறைவு. ஆனால் மொழி பெயர்ப்பு நூல்கள், வாழ்க்கை வரலாற்று நூல்கள் போன்றவற்றைப் பதிப்பகங்களுக்கு எழுதிக் கொடுத்து, இவற்றின் மூலம் பணம் சம்பாதித்தேன். அது ஒரு வகையில் எனக்குத் தொழில்.

8. உங்கள் படைப்புகள் பரவலாக அறியப்படவில்லை என எப்போதாவது வருந்தியதுண்டா?

மக்களுடைய அங்கீகாரத்தை நான் வேண்டவில்லை. என்னைப் புரிந்துகொள்ள முடிந்த சில தேர்ந்த ரசிகர்களே போதும். அவர்களே என்னைச் 'சிரஞ்சீவி' ஆக்கி விடுவார்கள் என்று நம்புகிறேன்.

9. சொந்தப் படைப்புகளைப் பற்றிப் பிறருடன் விமர்சனம் செய்வதுண்டா? அதை விரும்புகிறீர்களா?

   எழுதிய படைப்புகளைப் பற்றி விமர்சனம் செய்யாமல் எப்படி இருக்க முடியும்? அப்படிச் செய்வது எப்பவுமே ஒருவிதமான இன்பம்தான்.

10. நீங்கள் யாரையேனும் இலக்கிய குருவாக ஏற்றுக் கொண்டதுண்டா?

    இல்லை. நான் கு.ப.ரா.வை குருவாக ஏற்றுக் கொண்டதாகத் தவறுதலாகச் சொல்கிறார்கள். ஆனால் அவர் எனக்கு ஒரு முதிய நண்பரே தவிர குரு அல்ல.

11. திறனாய்வாளருக்கும், படைப்பாளருக்கும் என்ன உறவு இருக்க வேண்டும்?

    எந்தச் சிறந்த படைப்பாளியையும், எந்தத் திறனாய்வாளராலும் முழுமையாகக் கண்டுகொள்ள முடியாது என்பது என்னுடைய தீர்க்கமான கருத்து. சில தத்துவங்கள், கருத்துகளைக் கண்டுகொள்ள முடியுமே தவிர, படைப்பாளியை முழுமையாகக் கண்டுகொள்ள முடியாது.

12. 'திறனாய்வு' ஒரு நல்ல படைப்பாளியை உருவாக்கும் என நினைக்கிறீர்களா?

    முடியாது. எந்தச் சிறந்த படைப்பாளியும், திறனாய்வாளர்களைப் பொருட்படுத்தவில்லை - பொருட்படுத்தவும் கூடாது.

13. தமிழ்நாட்டு வாசகர்கள் பரவலாக எப்படி உள்ளனர்? எப்படி இருந்தால் இலக்கியத்திற்கு நல்லது?

    தமிழ்நாட்டில் பத்திரிகை வாசகர்கள்தான் இருக்கிறார்கள்... இலக்கிய வாசகர்கள் மிகச் சிலர்தான். இந்தச் சூழ்நிலை தமிழ்நாட்டிற்கு மட்டுமே ஏற்பட்டது அல்ல. உலகத்தின் எந்த நாட்டிலும் இப்படித்தான் இருக்கிறது. ஏனென்றால், உலகத்தில் முட்டாள்கள்தான் அதிகம்.

14. நல்ல சிறுகதைக்குத் தாங்கள் கூறும் இலக்கணம் என்ன?

    ஒவ்வொரு சிறுகதைக்கும் அதன் ஆசிரியர்தான் இலக்கணம். என்னைப் பொறுத்தவரையில் சிறுகதைக்குக் கரு கிடைத்தவுடன், அதை மனத்தில் வைத்துக் கொண்டு முதலில் முதல் பாராவை மட்டும் வடிவமைத்துக் கொள்கிறேன். ஒரு திட்டமில்லாமல் பேனா

போகின்ற போக்கில் எழுதுகிறேன். எல்லாம் என்னுடைய உள்ளுணர்வின் (Intuition) மூலம்தான் எழுதுகிறேன். அதுதான் முன்பே சொன்னேனே என்னுடைய அறிவும் உள்ளுணர்வும் முரண்படுவது கிடையாது.

15. தொடர்கதை - நாவல் பற்றி என்ன கருதுகிறீர்கள்?

தொடர்கதை, நாவல்களை ஒரு திட்டமிட்டுச் செய்ய முடியாது. ஒவ்வொரு வாரமும் பத்திரிகைக்கு எழுதிக் கொடுத்தாக வேண்டும் என்கிறபோது, அந்தந்த வார மனநிலையைப் பொறுத்துத்தான் அமைய முடியும்.

உலகத்தில் அனைவராலும் பாராட்டப் பெற்ற தஸ்தயேவ்ஸ்கியின், 'Karamazov Brothers' தொடர்கதையாக வந்ததால் சில இடங்களில் தொய்வு ஏற்பட்டிருப்பதாக எனக்குப் படுகிறது. அண்மையில் பாலகுமாரனைச் சந்தித்துப் பேசியபோது, "உங்களுடைய 'இரும்புக் குதிரைகள்' என்ற தொடர் நாவலை அவ்வப்போது படித்து வருகிறேன். இந்த வாரம் ஏதோ மாதிரி இருக்கிறது" என்று சொன்னபோது, "ஆமா சார்; அவசரமாகப் பத்திரிகைகாரர்கள் கேட்டார்கள் என்று ஏதோ எழுதிக் கொடுக்க வேண்டியதாயிற்று" என்று சொன்னார். எனவே, தொடர்கதைகளில் திட்டமிட்டு எழுதுவது என்பது கடினமான ஒன்று.

எம்.வி. வெங்கட்ராம் நாவல்களில் பாத்திரப் படைப்புத் திறன் ஓர் ஆய்வு என்ற தலைப்பில் எனது பேராசிரியர் ச. மணி அவர்கள் பாரதிதாசன் பல்கலைக் கழகத்துக்கு அளித்த முனைவர் பட்ட ஆய்வுக்காக 4.2.'95ல் எம்.வி.வி. அளித்த பேட்டி.

1. தாங்கள் எழுத்துத்துறையில் ஈடுபட்டது எவ்வாறு? எப்போது?

நான் ஏழு, எட்டு வகுப்பில் படிக்கும்போதே வடுவூர் துரைசாமி ஐயங்கார், ஆரணி குப்புசாமி முதலியார் போன்றோரின் துப்பறியும் நாவல்களைப் படிக்கத் தொடங்கினேன். அந்நாவல்கள் என்னைப் பெரிதும் கவர்ந்தன. அவற்றைப் படித்துவிட்டு, நானும், என் நண்பன் ஒருவனும் இணைந்து ஒரு துப்பறியும் நாவல் எழுதலாம் என்று முடிவு செய்தோம். அப்போது எங்களுக்கு பதின்மூன்று வயது இருக்கலாம். நாவல் நூற்றியிருபது பக்கங்கள் எழுதி விட்டோம். ஆனால் அது முடிவுறவில்லை.

2. தொடர்ந்து எழுத்துத் துறையில் ஈடுபட யாராவது ஊக்குவித்தார்களா?

எனக்குப் பதினாறு வயதிருக்கும்போது சிட்டுக்குருவி என்ற கதையொன்றை எழுதினேன். அதை ந. பிச்சமூர்த்தி, கு.ப. ராஜ கோபாலன் படித்துப் பார்த்து ஒரு புதிய எழுத்தாளன் உதயமா கிறான் என்ற அறிமுகக் கடிதத்துடன் மணிக்கொடிக்கு அனுப்பினார் கு.ப.ரா. 15.11.1936 மணிக்கொடியில் அது வெளியிடப்பட்டது. அது முதல் எனக்குள் எழுத்தார்வம் மிகுந்து நிறைய எழுதத் தொடங்கினேன். கு.ப. ராஜகோபாலன், ந. பிச்சமூர்த்தி, எனது ஹிந்தி ஆசிரியர் பி.எம். கிருஷ்ணசாமி ஆகியோர்தான் நான் எழுத தொடக்கத்தில் ஊக்குவித்தார்கள் எனலாம்.

3. நீங்கள் எழுதியது ஏழு நாவல்கள் மட்டும்தானா?

நான் எழுதியது நித்திய கன்னி, இருட்டு, உயிரின் யாத்திரை, அரும்பு, வேள்வித்தீ, ஒரு பெண் போராடுகிறாள், காதுகள் ஆகிய ஏழுநாவல்கள் மட்டும்தான்.

4. உங்கள் பெயரில் இன்னும் பல நாவல்கள்?

அதைப்பற்றி பலமுறை பலரிடம் கூறிவிட்டேன். நான் சென்னையில் தங்கி எழுதிக் கொண்டிருந்தபோது பல பதிப்பகத்தினர் என்னிடம் பல வேற்றுமொழி நாவல்களைக் கொடுத்து தழுவி எழுதித் தரச் சொன்னார்கள். நானும் எழுதிக் கொடுத்தேன். அந்நாவல்களை முன்னுரையில் கதைக்கரு என்னுடையது அல்ல என்பதை விளங்குமாறு எழுதியிருப்பேன். சில காரணங்களால் பதிப்பகத்துக்காரர்கள் தழுவல் அல்லது மொழிபெயர்ப்பு எனப் போடாமல் விட்டுவிட்டனர்.

5. அவற்றைப் பற்றிய விவரங்கள் தங்களிடம் உள்ளனவா?

அவற்றைப் பற்றிய விவரம் எதையும் நானும் வைத்துக் கொள்ள வில்லை. ஏனென்றால் அவை என்னுடைய சொந்தப் படைப்புகள் அல்ல. மேலும் எழுதிப் பிரசுரம் ஆனவற்றைத் தொகுத்து வைக்கும் பழக்கம் என்னிடம் இல்லை. அதனால் அவற்றைப் பற்றியெல்லாம் விவரம் தேவையில்லை. நான் எழுதியவை, என்னுடையவை ஏழுதான். அதைப்பற்றி மட்டும் என்னிடம் கேளுங்கள்.

6. நித்ய கன்னி நாவலில் விசுவாமித்திர முனிவர் எதிரன் (Villain) பாத்திரமாக படைக்கப்பட்டுள்ளாரே?

விசுவாமித்திரரை நான் எதிரன் பாத்திரம் எனப் படைக்கவில்லை. அவர் தன் சீடன் கெட்டுவிடக்கூடாது என்று நினைக்கிறார். அதனால் அவன் திருமணம் நடக்காமல் பார்த்துக் கொள்கிறார்.

7. மாணவன் கெடக்கூடாது என்பதற்காக, ஓர் இளம்பெண்ணை ஆசிரியரே மணந்து கொள்வது எந்த வகையிலே நியாயம்? மேலும் அப்பெண்ணைப் பார்த்ததும் விசுவாமித்திரர் காமம் கொள்கிறார் என்பதுபோல எழுதியுள்ளீர்கள்? அதனால்தானே திருமணமும் செய்து கொள்கிறார். அதனால் வில்லன் பண்புதானே அவரிடம் இருக்கிறது?

நீங்கள் அப்படி வைத்துக் கொள்ளலாம். ஆனால் குருதட்சணை வேண்டாம் என்று சொன்னவரை, குருதட்சணை ஏதேனும் வாங்கிக் கொள்ளுமாறு கேட்டவன் காலவன். அதனாலே எரிச்சல் அடைந்து, கொண்டு வர முடியாத குருதட்சணை கேட்டுவிட்டார். அவனும் முயற்சி செய்தான். அதன் விளைவுதான் மூன்று அரசர்கள் மணந்து பின் நாலாவதாக முனிவரும் அந்தப்பெண்ணை மணந்து கொள்வது.

8. மாதவியும், காலவனும் காதலிக்கிறார்கள் என்பதைத் தெரிந்ததும் முனிவர் அவர்களை இணைத்து வைத்து வாழ்த்தியிருக்கலாமே?

அது எப்படி? மாணவன் பிராமணன். அவன் மேலும் உயர வேண்டும் என்று அவர் நினைக்கிறார். திருமணம் அதற்கு இடையூறாக இருக்கும் என்று நினைக்கிறார். அதனாலே மாதவி - காலவன் காதல் திருமணத்தை அவர் ஏற்றுக்கொள்ளவில்லை.

9. 'இருட்டு' நாவலில் வருகிற டாக்டர் அம்பலவாணன், சூத்தரசு, வெண்ணிலா, நீங்கள் வாழ்க்கையிலே கண்டவர்களா?

ஆமாம். ஐம்பது ஆண்டுகளுக்கு முன்னாலே அறுவைச் சிகிச்சை முடிந்து நோயாளி இறந்ததும் பிணத்தை ஏற்றிக்கொண்டு நாங்கள் சென்னையிலே இருந்து வந்தோம். நாவலில் இறந்ததாகக் காட்டியது வெண்ணிலா என்று ஒரு பெண். ஆனால் உண்மையிலே இறந்தது ஒரு ஆண். கதைக்காக ஆணைப் பெண்ணாக மாற்றிக்கொண்டேன்.

10. டாக்டர் அம்பலவாணன் பற்றி...?

அவர் ஒரு டாக்டர். அவர் பெயர் எனக்கு இப்பொழுது நினைவுக்கு வரவில்லை. ஐம்பது ஆண்டுகள் ஆகின்றன.

11. 'உயிரின் யாத்திரையி'லே வருகிற திருவாரூர் சதாசிவம் நீங்கள் சந்தித்த ஆன்மிகப் பெருமகனாரா?

இல்லை. கற்பனைதான். ஆனால் என் குருநாதராக நான் நினைத்த தன்மைகளின் அடிப்படையில் அவரைப் படைத்துள்ளேன்.

12. 'காதுகள்' நாவலிலே வருகின்ற சாம்பசிவ பூசாரி, சமரச சுத்த சன்மார்க்க சங்கம் ராமதாஸ், வெங்கட்ராம சாஸ்திரிகள் ஆகியோர் நீங்கள் சந்தித்த ஆன்மிகப் பெருமக்கள்தானே?

காதுகளிலே வருகின்ற சாம்பசிவபூசாரி, ச.சு.சங்கம் ராமதாஸ், வெங்கட்ராம சாஸ்திரிகள் உண்மையான பாத்திரங்கள்தான். ச.சு. சங்கம் ராமதாஸ் இப்பவும் கொட்டையூர் வள்ளலார் இல்லத்திலே இருக்கிறார்.

13. டாக்டர். எம்.கே. சுப்பிரமணியன்?

அவர் கும்பகோணத்திலே பெரிய டாக்டர். அவர் செய்த உதவிகளை மனத்திலே கொண்டு நன்றிக் கடனாக அவர் பெயரை அப்படியே நாவலிலே பயன்ப்டுத்தியிருக்கேன். டாக்டர் அம்பலவாணன் (இருட்டு) டாக்டர் எம்.கே.சுப்பிரமணியன் ஆகிய இருவரும் ஒருவர் அல்ல.

14. வேள்வித்தீயிலே வருகின்ற கண்ணன். கௌசலை, ஹேமா நீங்க உங்க தெருவிலோ, பக்கத்திலோ பார்த்த பாத்திரங்கள்தானே? கண்ணனாக உங்களையே பாவித்திருப்பதாக நினைக்கிறேன்? அதிலே தவறு ஒன்றுமில்லையே?

என் பாத்திரங்கள் எல்லாவற்றிலும் என் குணங்கள் உண்டு. அதனாலே கண்ணனாக என்னை நினைத்தால் நான் தவறாக நினைக்கவில்லை. ஹேமா, கௌசலை ஆகியோர் நான் பார்த்த பாத்திரங்கள்தான்; பெயர்வேறு. கற்பனை கலந்திருக்கிறேன். யாருன்னுல்லாம் கண்டுபிடிக்க முடியாது.

15. அரும்பு நாவல்லே வர மஞ்சுளா, ஸரஸா, மாதவன் நீலகண்டன், பசுபதி பற்றியெல்லாம்...

அவங்க நான் படைத்த பாத்திரங்கள்தான். நான் பசுபதியை மிகுதியாக தில்லுமுல்லு செய்றவனாகப் படைச்சேன். அப்படி படைத்ததைப் பற்றி தமிழ்ப் பல்கலைக்கழகத்திலே ஒரு கருத்தரங்கிலே ஒருவர் கேட்டார். ஒரு எழுத்தாளர் சமுதாயத்திற்கு வழிகாட்டியாக இருக்க வேண்டாமா? நீங்க பசுபதி மாதிரி தில்லுமுல்லு பாத்திரங்களை எல்லாம் உருவாக்கி இருக்கிறீர்களே என்று கேட்டார். நான் சொன்னேன் தில்லுமுல்லு எல்லாம் எனக்கும் தெரியும். ஆனா, மாட்டிக்கக் கூடாதேன்னு பயத்திலேதான் நான் அதெல்லாம் செய்யவில்லை. அதனாலே என் பாத்திரம் மூலம் செய்ய வைத்திருக்கேன் என்றேன்.

16. பாத்திரப் பெயர்கள் பற்றி உங்களிடம் கேட்கவேண்டும். சூத்தரசு, வெண்ணிலா (இருட்டு), திருவாரூர் சதாசிவம், லீலா (உ.யா.), மஞ்சுளா, ஸரஸா, நீலகண்டன், ஜகந்நாதன், லட்சுமி (அரும்பு) இவையெல்லாம் குறியீட்டுப் பெயராகத் தோன்றுகின்றனவே? பெயரைக் குறியீட்டுப் பெயராக வைக்கவேண்டும் என்று நினைத்தீர்களா? இல்லை இயற்கையாக அமைந்ததா?

இதை இரண்டு வகையாகப் பிரித்துக் கொள்ளலாம். இருட்டு, உயிரின் யாத்திரையிலே வைத்த பெயர் எல்லாம் குறியீட்டுப் பெயராகச் சிந்தித்து வைத்ததுதான். ஆனால் அரும்பிலே சிந்திக்காமல்தான் பெயர் வைத்தேன். ஆனால் மிகவும் சிந்தித்து வைத்ததுபோல் பெயர்கள் அமைந்துவிட்டன. சில நேரங்களிலே அப்படித்தான் நடக்கும்.

17. பாத்திரத் தோற்றத்திற்கு நீங்க மிகவும் முக்கியத்துவம் கொடுத்து எழுதியிருக்கீங்க? இப்பொழுது பாத்திரத் தோற்றத்திற்கு முக்கியத்துவம் கொடுக்க வேண்டாம்ன்னு ஆய்வாளர்கள் கூறுகின்றார்களே?

பாத்திரத்தோற்றம் மிகவும் முக்கியம்தான் என்று நான் நினைக்கிறேன். அகத்தின் அழகு முகத்தில் தெரியும்ன்னு சொல்லுவார்கள். அந்த முறையிலேதான் நான் அகத்தை விளக்க, புறத்தோற்றத்திலும் கவனம் செலுத்துகிறேன். அதிலே ஒன்றும் தவறு இருப்பதாகத் தெரியவில்லை.

18. உங்கள் நாவல்களிலே ஆன்மிக அனுபவங்கள் அதிகமா வர ஏதேனும் காரணம் உண்டா?

எனக்கு மற்ற மனிதர்களைப் போன்ற வாழ்க்கை வாய்க்கவில்லை. எனக்கு காதுகளிலே குரல்கள் கேட்டுக் கொண்டே இருந்தன. அதை அப்படியே எழுத வேண்டுமென்று நினைத்தேன். என் அனுபவத்திலே ஒரு சதவீதம்தான் எழுதியுள்ளேன். அதையே நம்ப மாட்டேன் என்கிறார்கள். எனக்கு ஏற்படுகிற அனுபவத்தை நான் எழுதுறேன். உங்களுக்கு அந்த அனுபவங்கள் இல்லாததாலே நீங்கள் நம்ப மறுக்கிறீர்கள். நான் உங்கள் இடத்திலே இருந்தாலும் அப்படித்தான் நினைப்பேன். எனக்கு ஏற்பட்ட அனுபவம் மாதிரி இன்னும் சிலபேருக்கு கொஞ்சம் வித்தியாசமா ஏற்பட்டிருக்கிறது. எழுத்தாளர் கி.ரா.வின் மனைவி, ஜெயமோகன் ஆகியோருக்கு அப்படி ஏற்பட்டதாக என்னிடம் கூறியிருக்கிறார்கள்.

19. தி. ஜானகிராமன் உங்களை மோகமுள்ளிலே ஒரு பாத்திரமா படைத்திருக்கிறார். நீங்க அவரை உங்கள் நாவல் எதிலாவது பாத்திரமா படைச்சிருக்கீங்களா?

இல்லை. அப்படி படைத்தால் ஏதோ பதிலுக்குப் பதிலா படைத்தது போல் ஆகிவிடும். ஆனால் கரிச்சான்குஞ்சுவை ஒரு சிறுகதையிலே பாத்திரமா படைத்திருக்கிறேன். நாவலிலே இல்லை.

20. உங்களுக்குக் காதுகளிலே ஏற்பட்ட பிரச்சனை இன்னும் தொடருதா?

இல்லை. காஞ்சிப் பெரியவர், இராமகிருஷ்ணமடத்து கைலாசானந்தா சுவாமிகள், அரவிந்த ஆசிரமத்து அன்னையார் ஆகியோரைச் சந்தித்ததிலே அவர்கள் சொன்ன முறையிலே எனக்குக் கொஞ்சம் தீர்வு கிடைத்தது. பிறகு மெல்ல மெல்ல இந்தப் பிரச்னை தீர்ந்து விட்டது. இப்போது இருபது ஆண்டுகளாக பிரச்னை இல்லை.

21. நீங்க நாத்திகரா இருந்ததாக...?

ஆமாம். நான் நித்திய கன்னி எழுதும்போது நாத்திகனாகத்தான் இருந்தேன். அதனாலேதான் நித்திய கன்னியிலேயே கடவுளைப் பத்தி எல்லாம் ஒன்றும் எழுதவில்லை. மேலும் ரிஷிகளை உசீநரன் மூலம் கொஞ்சம் தாக்கிக் கூட எழுதியிருக்கேன்.

22. பிறகு ஆத்திகராக மாறியது எப்போது?

ஒருநாள் கனவிலே கும்பேசுவரன் கோயில் சாமியாரைக் கண்டது முதல் முருக வழிபாட்டில் தீவிரம் காட்ட ஆரம்பித்து விட்டேன். இதை பல பேட்டிகளிலே பலமுறை சொல்லிவிட்டேன்.

23. நீங்க இலக்கியத் துறையிலே நடந்ததை நடந்த மாதிரி எழுதற பண்பைக் கொண்டவராக இருப்பதாகவும், உங்களையே ஒரு பாத்திரமாக்கிக் கொள்பவராக இருப்பதாகவும் சொல்கிறார்களே?

ஆமாம். நான் மூன்று வகையாகப் பிரித்துக் கொண்டுதான் எழுதுறேன். ஒன்று நடந்ததைக் கொஞ்சம்கூட கற்பனையில்லாம, அப்படியே நியூஸ் கொடுப்பதுபோல, இன்னொன்று கற்பனை கலந்து, வாழ்க்கையின் யதார்த்தங்களைக் கூறுவது. மூன்றாவது கற்பனையிலே எவ்வளவு உயர முடியுமோ, அப்படியே உயர்ந்து விரிவாக எழுதுவது. மூன்று வகையிலும் எழுதியிருக்கேன்.

24. ஆங்கிலத்தில் கிறிஸ்டோஃபர் மார்லோ எழுதிய டாக்டர் ஃபாஸ்டஸ் என்ற நாவலில் இரண்டு காதுகளிலும் நல்ல தேவதையும் (Good Angels) கெட்ட தேவதையும் (Evil Angels) பேசுவது போல உங்கள் காதுகள் நாவலில் இரு காதுகளிலும் ஒலிகள் எழுப்புகின்ற பாத்திரங்கள் வருகின்றனவே, அந்த டாக்டர் ஃபாஸ்டஸ் நாடகத்தின் பாதிப்பு உங்கள் 'காதுக'ளில் உள்ளதா?

நான் அப்படி ஒரு ஆங்கில நாடகம் இருப்பதாகக் கேள்விப்பட்டதே இல்லை. நான் என் சுய அனுபவங்களைத்தான் எழுதினேனே தவிர ஆங்கில நாடகத்தின் பாதிப்பு என்னிடம் இல்லை.

25. இன்னும் மேற்கொண்டு எழுதும் எண்ணமுண்டா?

எண்ணம் இருக்கிறது. கைகளால்தான் எழுத முடியவில்லை.

26. கண்ணதாசனைப் போல் நீங்கள் எழுதுவதற்கு ஒரு ஆள் வைத்துக் கொள்ளலாமே?

எனக்கு என் கையால் எழுதினால்தான் திருப்தி. இன்னொருவரிடம் கூறி எழுதும் பழக்கம் இதுவரை என்னிடம் இல்லை.

கடிதமும் கையெழுத்தும்

ஆரம்பகாலத்தில் எழுத வேண்டுமென்றால் அதைச் சந்தோஷமாக எழுத ஆரம்பித்திருக்கிறார் எம்.வி.வி. அது கணக்கு வழக்கு எழுதிய வியாபாரக் காலங்கள் ஆகட்டும், நண்பர்களுக்கு கடிதங்கள் எழுதத் தொடங்கிய, படைப்புகள் எழுதத் தொடங்கிய பதின்ம வயதுகளாகட்டும், அதை தன் கைப்பட அழகாகப் பொறுமையாக எழுதுவதில் ஓர் அலாதி ஆனந்தம் இருந்திருக்கிறது அவருக்கு. பல வகையிலும் எழுத்தே அவர் வாழ்வின் திசைமாற்றிய பின் கடைசியில் மெல்ல மெல்ல கைகளும் சோர்ந்து நடுங்க ஆரம்பித்து விட்டன.

சிறுகதை, நாவல், குறுநாவல், கட்டுரை, மொழி பெயர்ப்பு குழந்தை இலக்கியம், நாடகம் என இருநூற்றுக்கும் மேற்பட்ட நூல்களை எழுதிக் குவித்த எம்.வி.வி. தமது வாழ்நாளில் சராசரியாக அவரே சொன்னபடி ஒரு நாளைக்கு முப்பது பக்கங்களுக்கு மேல் எழுதியுள்ளார். இவ்வளவு எழுதிய எம்.வி.விக்கு அவரது கடைசிப் பத்து ஆண்டுகளில் ரைட்டர்ஸ்கிராம்ப் வந்து சில சமயம் கையெழுத்து கூடப் போட முடியாமல் ஆனது.

காதுகள் முதல் பதிப்பிற்காக எம். வி.வி.யிடம் ஒப்பந்தத்தில் கையெழுத்து வாங்கி கூரியரில் அனுப்பியபோது, "என்ன ரவி, எம்.வி.வி. கையெழுத்து இப்படி இருக்கு?" என்று கேட்ட அன்னம் பதிப்பகக் கவிஞர் அண்ணன் மீராவுக்கு நான் எழுதிய பதில் கடிதத்தில் இப்படி எழுதியிருந்தேன்.

"எழுதி எழுதிச் சோர்ந்த விரல்கள்
இப்போது கையெழுத்திடவும் நடுங்குகின்றன
இ.சி.ஜி. கிராப் போல."

அந்தக் காலத்தில் இரண்டு பிரதிகள் கையெழுத்திலேயே எழுதியுள்ளார். அதற்கும் பின்னான காலத்தில் ஒன்றுக்கு இரண்டாக கார்பன் வைத்து பால்பாயின்ட்டால் அழுத்தி அழுத்தித் தொடர்ந்து எழுதியதன் பலன் அது. அதனால் சாதாரணமாக அவர் கைகள் நல்ல நிலையில் இருக்கும்போது கையெழுத்து எந்த நிலையில் இருந்தது என்பதற்குச் சான்று இந்த அத்தியாயத்தில் உள்ள அவரது கையெழுத்துப் பிரதி.

கிட்டத்தட்ட எனக்கு இலக்கியக் கடிதங்கள் மட்டும் 25க்கு மேல் எழுதியுள்ளார். எனது இரண்டாவது கவிதைப் புத்தகத்துக்கான

மதிப்புரையை முடியாதபோதும் அவரே கைப்பட எழுதித் தந்தார். நான் இழந்தவற்றில் அவரது இந்தக் கடிதங்களும் சேர்ந்து கொண்டன. எப்படியோ அவர் 8.3.1995இல் எழுதிய கடிதம் மட்டும் தப்பித்தது. அதையும் இங்கு தந்துள்ளேன். இந்தக் கடிதத்தில் உள்ள நடுக்கத்தைக் கவனியுங்கள். அந்தச் சமயங்களில் அவர் அருகிருந்து பார்த்ததனால் சொல்கிறேன். உத்தேசமாக இந்தக் கடிதத்தை எழுத அவருக்கு 20 நிமிடங்களுக்கு மேல் ஆகியிருக்கும். “என் தலை எழுத்தை மாற்றாமல் கையெழுத்தை மட்டும் மாற்றிச் சிரிக்கும் அந்தக் குறும்புக்கார குருநாதனுக்கு (முருகக் கடவுள்) என்னிடம் எத்தனை ப்ரீதி. ப்ரியம் உள்ளவர்களிடம்தானே இப்படியெல்லாம் விளையாட முடியும் ரவி” என்று அவர் சொன்ன வாசகங்கள் இன்றும் நினைவில் இருக்கின்றன.

கையில் நடுக்கம் ஏற்பட்ட பின் நூலாசிரியர் ரவிசுப்பிரமணியனுக்கு எம்.வி.வி. எழுதிய கடிதம்

8/3/95

ரவி அம்பி!

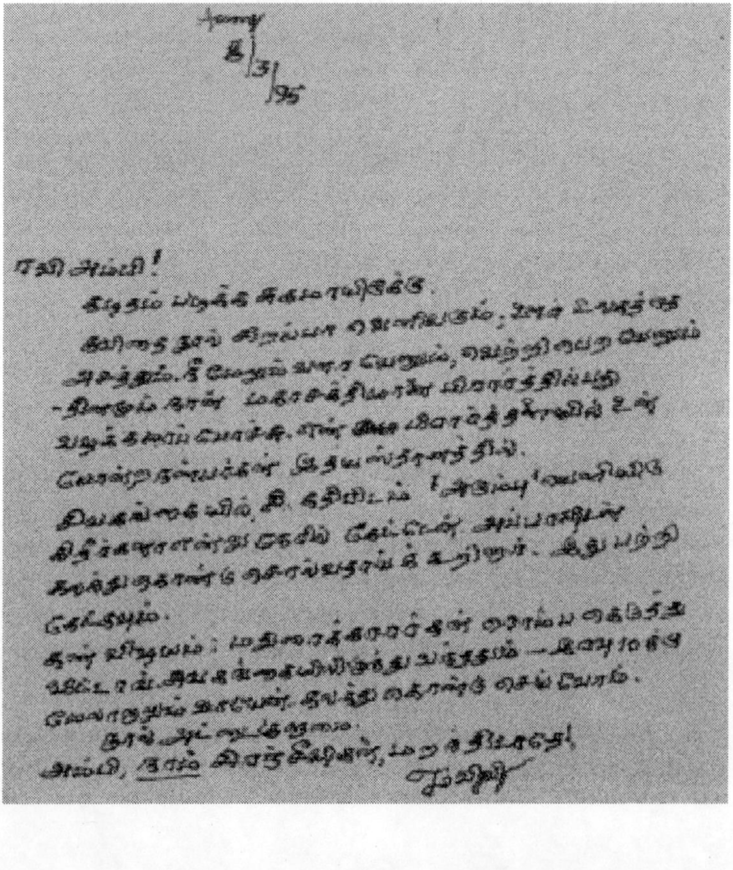

படைப்புப் பட்டியல்

சிறுகதைப் பட்டியல்

1. வரவும் செலவும் (ஐந்து கதைகள்)

வெளியீடு: மல்லிகை பதிப்பகம், சென்னை பதிப்பு விவரம்: முதற்பதிப்பு, ஜூலை 1964.

1. வரவும் செலவும்
2. ஒரு பழைய கதை
3. மணமும் மரணமும்
4. எங்கே தேடுவது?
5. அந்தக் காலத்திலே ...

2. குயிலி (எட்டுக் கதைகள்)

வெளியீடு: ஸ்ரீமகள் நிலையம், சென்னை. (வல்லிக்கண்ணன் முன்னுரையுடன் கூடிய சிறுகதைத் தொகுப்பு.) பதிப்பு விவரம்: முதற்பதிப்பு, நவம்பர் 1964.

1. குயிலி
2. சாவித்திரி
3. கணப்பு
4. தொடரும் நிழல்
5. நவயுவன்
6. ஸித்தி
7. சித்தக்கடல்
8. வாழ வைத்தவன்

3. மாளிகை வாசம் (பத்துக் கதைகள்)

வெளியீடு: கலைஞன் பதிப்பகம், சென்னை. பதிப்பு விவரம்: முதற்பதிப்பு, நவம்பர் 1964.

1. மாளிகை வாசம்

2. மஞ்சுளாவின் சபதம்

3. தெரியாத அப்பாவின் புரியாத பிள்ளை

4. அரை மனிதன்

5. ஸித்தி

6. மங்கையும் பங்கனும்

7. ஒருநாள் திருடர்கள்

8. ஆகஸ்டு சம்பவம்

9. கணப்பு

10. இந்திர ஜாலம்

4. மோகினி (மூன்று கதைகள்)

வெளியீடு: குயிலன் பதிப்பகம், சென்னை. பதிப்பு விவரம்: முதற்பதிப்பு, நவம்பர் 1964.

1. மோகினி

2. வர்ணபேதம்

3. அந்தக் காலத்திலே ...

5. உறங்காத கண்கள் (பதினெட்டு கதைகள்)

வெளியீடு: கலைஞன் பதிப்பகம், சென்னை. பதிப்பு விவரம்: முதற்பதிப்பு, நவம்பர் 1968.

1. உறங்காத கண்கள்

2. கவர்ச்சி

3. சிரிக்கத் தெரிந்தவன்

4. எதிரொலி

5. ராஜகுடும்பம்

6. வேலைக்காரி தூங்குகிறாள் நாயும் காக்கிறது ...

7. பனிமுடி மீது ஒரு கண்ணகி

8. மழை

9. பிரமை

10. வயிறு பேசுகிறது
11. இங்கும் அங்கும்
12. அழகி
13. சிறைச்சாலை என்ன செய்யும்?
14. கருகாத மொட்டு
15. என் கதை
16. பிராயச்சித்தம்
17. அஞ்சனா
18. பாட்டியின் கதை

6. வியாசர் படைத்த பெண்மணிகள் (பதின்மூன்று கதைகள்)

வெளியீடு: தமிழ்ப் புத்தகாலயம், சென்னை. பதிப்பு விவரம்: முதற்பதிப்பு, 1968.

1. திலோத்தமை *(1944)*
2. புலோமை *(1944)*
3. பிரமத்வரை *(1944)*
4. லோபா முத்திரை *(1944)*
5. சசி *(1944)*
6. ருசி *(1945)*
7. ஊர்வசி *(1955)*
8. குந்தி *(1937)*
9. பிரஜாவதி *(1945)*
10. சுருதாவதி *(1964)*
11. தேவயானி *(1956)*
12. அகலிகை *(1953)*
13. மேனகை *(1945)*

7. அகலிகை முதலிய அழகிகள் (பதினான்கு கதைகள்)

வெளியீடு: வானதி பதிப்பகம், சென்னை. பதிப்பு விவரம்: வானதி முதற்பதிப்பு, அக்டோபர் 1993.

1. திலோத்தமை
2. புலோமை
3. பிரமத்வரை
4. லோபா முத்திரை
5. சசி
6. ருசி
7. ஊர்வசி
8. குந்தி
9. பிரஜாவதி
10. சுருதாவதி
11. தேவயானி
12. சாவித்திரி
13. அகலிகை
14. மேனகை

8. இனி புதிதாய்... (பன்னிரண்டு கதைகள்)

வெளியீடு: சிலிக்குயில் (முன்னுரை: தஞ்சை பிரகாஷ்) பதிப்பு விவரம்: முதற்பதிப்பு, அக்டோபர் 1991.

1. பைத்தியக்காரப் பிள்ளை
2. பூமத்திய ரேகை
3. மருந்து
4. மூக்குத்தி
5. மறதி மாயம்
6. அதிர்ஷ்டம் அடித்தது
7. போதையும் போதமும்
8. வெயில்

9. தோழி

10. ஏன்?

11. சிட்டுக்குருவி

12. இனி புதிதாய் ...

9. நானும்உன்னோடு... (ஆறு கதைகள்)

வெளியீடு: வானதி பதிப்பகம், சென்னை. பதிப்பு விவரம்: முதற்பதிப்பு, செப்டம்பர் 1993.

1. நானும் உன்னோடு
2. குற்றமும் தண்டனையும்
3. பெட்கி
4. அப்பாவும் பிள்ளையும்
5. அம்மையே! அப்பா!
6. மாய்ஃபாப்

10. எம்.வி. வெங்கட்ராம் கதைகள் (ஐம்பத்து நான்கு கதைகள்)

வெளியீடு: பாவை சந்திரன் (தொகுப்பாசிரியர்), கண்மணி வெளியீடு, சென்னை.பதிப்பு விவரம்: முதற்பதிப்பு, டிசம்பர் 1998.

1. குயிலி
2. சாவித்திரி
3. கணப்பு
4. தொடரும் நிழல்
5. நவயுவன்
6. ஸித்தி
7. சித்தக்கடல்
8. யாருக்குப் பைத்தியம்?
9. வாழவைத்தவன்
10. உறங்காத கண்கள்
11. கவர்ச்சி

12. சிரிக்கத் தெரிந்தவன்
13. மழை
14. பிரமை
15. வயிறு பேசுகிறது
16. இங்கும் அங்கும்
17. அழகி
18. சிறைச்சாலை என்ன செய்யும்?
19. கருகாத மொட்டு
20. என் கதை
21. பிராயச்சித்தம்
22. அஞ்சனா
23. பாட்டியின் கதை
24. வரவும் செலவும்
25. ஒரு பழைய கதை
26. மணமும் மரணமும்
27. எங்கே தேடுவது?
28. மாளிகை வாசம்
29. மஞ்சுளாவின் சபதம்
30. தெரியாத அப்பாவின் புரியாத பிள்ளை
31. அரை மனிதன்
32. மங்கையும் பங்கனும்
33. ஒருநாள் திருடர்கள்
34. ஆகஸ்டு சம்பவம்
35. இந்திரஜாலம்
36. மோகினி
37. வர்ணபேதம்
38. அந்தக் காலத்திலே ...
39. பைத்தியக்காரப்பிள்ளை

40. பூமத்தியரேகை
41. மருந்து
42. மூக்குத்தி
43. மறதி மாயம்
44. அதிர்ஷ்டம் அடித்தது
45. போதையும் போதமும்
46. வெயில்
47. தோழி
48. ஏன்?
49. சிட்டுக்குருவி
50. இனி புதிதாய் ...
51. எதிரொலி
52. ராஜகுடும்பம்
53. வேலைக்காரி தூங்குகிறாள் நாயும் காக்கிறது
54. பனிமுடி மீது ஒரு கண்ணகி

11. முத்துக்கள் பத்து (பத்து கதைகள்)

வெளியீடு: அம்ருதா பதிப்பகம், சென்னை. பதிப்பு விவரம்: முதற்பதிப்பு, 2007.

1. ஸித்தி
2. உறங்காத கண்கள்
3. மழை
4. வயிறு பேசுகிறது
5. ஆகஸ்டு சம்பவம்
6. இந்திர ஜாலம்
7. பூமத்திய ரேகை
8. எதிரொலி
9. பனிமுடி மீது ஒரு கண்ணகி
10. பைத்தியக்காரப் பிள்ளை

12. பனிமுடி மீது ஒரு கண்ணகி (பதின்மூன்று கதைகள்)

வெளியீடு: காலச்சுவடு பதிப்பகம், நாகர்கோயில். பதிப்பு விவரம்: முதற்பதிப்பு, டிசம்பர் 2007.

1. யாருக்குப் பைத்தியம்?
2. வாழ வைத்தவன்
3. மழை
4. வயிறு பேசுகிறது
5. அழகி
6. சிறைச்சாலை என்ன செய்யும்?
7. மாளிகை வாசம்
8. பைத்தியக்காரப் பிள்ளை
9. மூக்குத்தி
10. பனிமுடி மீது ஒரு கண்ணகி
11. இனி புதிதாய் ...
12. பெட்கி
13. குற்றமும் தண்டனையும்

மேற்குறிப்பிட்ட தொகுப்புகளில் இடம்பெறாமல் இருந்து காலச்சுவடு வெளியிட்ட மொத்தத் தொகுப்பில் வெளிவந்த முப்பத்து நான்கு கதைகள்.

13. எம். வி. வெங்கட்ராம் சிறுகதைகள் முழுத் தொகுப்பு

வெளியீடு: காலச்சுவடு பதிப்பகம், நாகர்கோயில். பதிப்பு விவரம்: முதற்பதிப்பு, ஜுலை 2021.

1. தத்துப் பிள்ளை (1937)
2. நூற்றறுபது (1938)
3. சிதறின சித்தம் (1938)
4. அழகும் குழந்தையும் (1938)
5. சோனிக்குழந்தை (1938)
6. காலேஜ் மாணவன் (1938)

7. பாரதி (1938)
8. மழை இடி மின்னல் (1944)
9. உடம்பும் வேறுதான் (1945)
10. மாறவில்லை (1945)
11. ஏமாந்த பூனை (1945)
12. தாலிக்காகத்தான் (1946)
13. வேதனா (1948)
14. வாடகைத் தங்கை (1948)
15. ஒருநாள் புரட்சி (1949)
16. ஞானபானு (1950)
17. மறக்க முடியுமா? (1954)
18. பூனையைக் காதலித்த யானை (1954)
19. வெளியே போ (1956)
20. ரம்பை (1956)
21. நடிகை (1957)
22. இது ஒரு கதை (1957)
23. விவகாரமும் விவாகமும் (1958)
24. புரட்சிப்பெண் (1959)
25. அன்னை (1959)
26. சாதனை (1966)
27. யுக தர்மம் (1966)
28. முத்த (1967)
29. ஊஞ்சல் (1970)
30. பிரதிக்கினை (1970)
31. தாரா (1971)
32. இன்ப மது (1973)
33. நான் அமரன் (1984)
34. பணத் தட்டு (1984)

நாவல்கள்

1. நித்ய கன்னி - 1946
2. உயிரின் யாத்திரை -1956
3. இருட்டு - 1956
4. அரும்பு - 1965
5. வேள்வித் தீ - 1967
6. ஒரு பெண் போராடுகிறாள் - 1976
7. காதுகள் - 1992
8. மீ காய் கெரு - 2022 (அச்சில்).

In English

Stories added in

The Greatest Tamil Stories Ever Told

Selected & Edited by : Sujatha Vijayaraghavan & Mini Krishnan

Publisher : Aleph Book Company

Released : 05 Nov 2021

'வேள்வித் தீ' நாவல் ஆங்கிலத்தில் வெளியாக ரூபா பப்ளிகேஷன் ஒப்பந்தம் செய்துள்ளார்கள்.

தேனீ இதழின் ஒரு உள்ளடக்க பக்கம்

தேனீ

மாதப் பத்திரிகை

ஆசிரியர்: எம். வி. வெங்கட்ராம்.

துணை: 'கரிச்சான் குஞ்சு.'

முதல் வருஷம்	ஸர்வதாரி சித்திரை 15உ.	மூன்றாம் கூடு

இக்கூட்டில்

பொருளடக்கம்.		7
நாலு வார்த்தை		8
வர்ண பேதம்	எம். வி. வெங்கட்ராம்	9
சிறிதும் பெரிதும்	ந. பிச்சமூர்த்தி	32
டாக்ஸி, ஸார், டாக்ஸி!	ஆர். சத்யன்	36
கொன்ஹோ கொண்டீர்	கொத்தமங்கலம் சுப்பு	41
அறியாச் செல்வம்	ஸ்ரீதரம் குருஸ்வாமி	44
தபஸ்	லா. ச. ராமாமிருதம்	50
விதிப் புலவன்	கலைவாணன்	59
புயலுக்குப் பின்	மாயாவி	61
தமிழ்நாட்டு மாபலசான்கள்	'அகிலன்'	69
ஜாதி மூத்து (தொடர் கதை)	க. நா. சுப்ரமண்யம்	73
யோக க்ஷேமம்	கௌண்டின்யன்	79
வானவில்	பராங்குசம்	85
கல்லமுகி	பெ. கோ. சுந்தர ராஜன்	94
தொத்தம்	சாலிவாகனன்	102
படித்தோம் படியுங்கள்		104
கதை	தி. ஜானகி ராமன்	108
இசைப்பகுதி	குற்றாலம். சிவவடிவேல் பிள்ளை	114
திசை நோக்கித் தொழுகின்றேன்	வ. வேணுகோபாலன்	116
சமூக உணர்வு	கரிச்சான்குஞ்சு	124

கதை, கட்டுரைகளில் உள்ள கற்பனைப் பெயர்களைத் தம்மென்று யாராவது மயங்கினால் தேனீ அதற்குப் பொறுப்பல்ல.

எம். வி. வியுடன் நூலாசிரியர் ரவிசுப்பிரமணியன்